MW01226912

የጥቁር እናት ነኝ

መሰረት ክንፈ ኃይሌ

የመጀመሪያ ዕትም፡ ሐምሌ 2014 ዓ.ም.

የደራሲው መብት በሕግ የተጠበቀ ነው

© መሰረት ክንፈ ኃይሌ፣ 2014 ዓ.ም

ለአስተያየትዎ፣ hailemeseret5@gmail.com

የፊት ሽፋን ዲዛይን፡ በረከት ካህሳይ

አርትዖት፡ አምዴ ጥላሁን

ኅትመት፡ አዲስ አበባ፣ ኢትዮጵያ

ማውጫ

መታሰቢያነቱ

በጣም ለምወደው አባቴ ሰይፉ እግዚአ

ለልጆቼ ልዑል እንዳለና አማኑኤል እንዳለ

ልያ ስዩም ተስፋ

እንዲሁም

በኦቲዝም የተጠቁ ህፃናትን ለማሳደግ በብዙ ፈተናዎች ለሚያልፍ ቤተሰቦች በተለይም ለእናቶች ይሁንልኝ፡፡

ምስጋና

ሁልጊዜም በህይወቴ ባልጠበቁት መንገድ ለሚመራኝ ፈጣሪዬና አምላኬ ልዑል እግዚያብሔርን አመሰግነዋለው:: በጊዜ ሒደት በህይወቴ በተለያዩ አጋጣሚዎች ይሆናሉ ብዬ ያልጠበቋቸው ነገሮች ሲከናወኑ ተመልክቻለው:: ከልጅነቴ ጀምሮ ሀሳቤን ለመግለፅ ያሰፈርኳቸውን ግጥሞቼን በአንድ መልክ ሰድሮ በመፅሐፍ መልክ አሳትማቸዋለው የሚል ሀሳቡም አልነበረኝም፤ ነገር ግን ይህ እንዲሆን ለረዳኝ አምላክና ላገዙኝ ሰዎች ምስጋናዬ ይድረሳቸው::

ትችያለሽ፣ በርቺ ከሚለው አንስቶ ከልጅነቴ ጀምሮ የምጭራቸውን ሀሳቦቼን በማበረታታት በልቤ ውስጥ የነበረውን ስነፅሁፍ ፍላጎት እንዳሳድገው ከታላቅ አባታዊ ፍቅር ጋር ሲያደርግ የነበረውን አባቴ ሰይፈ እግዚአ ከእሱ በላይ የማመሰግነውም የለኝም::

ለእናቶቼ እልፍነሽ ለማና ጠጅነሽ ሀ/ማርያምን እንዲሁም መላው ቤተሰቦቼና ጓደኞቼ ለማመስገን እወዳለው::

ወንድሜ ሚካኤል ሰይፈ በቅንነት፣ በደግነት፣ ከልጅነት እስከ እውቀቱ ስለእኔ መልካምነት በመትጋት፤ አሜሪካ ሃገር ልጆቼን እንዳሳድግ ለረዳኝ በእርሱ ቅንነት አግኝቻቸው ከባዱን የህይወት መንገድ የጠረጉልንን ሰለሞን ተፈራና ፀጋዬ በዳኔን ለማመስገን ከዚህ የተሻለ አጋጣሚ የለኝምና ምስጋናዬ ይድረሳችሁ::

ለልጆቼ ልኡል እንዳለና አማኑኤል እንዳለ ህይወትን አስተምረውኛልና አመሰግናቸዋለው::

ልያ ስዩም ተስፋ በኦቲዝም የተጠቃውን ልጄ ልዑል እንዳለን ለመርዳት ስታገል በብዙ ፈተና እና በተጨነቁበት ጊዜ እንደእናት ስለመራሽኝ አመስግናለሁ::

በመፅሐፍ ዝግጅት ወቅት ፅሁፎቼን በመመልከት ገንቢ አስተያየቱን የለገሰኝን አምዴ ጥላሁንና በህትመት ጉዞ ውስጥ ረዳኝን ተስፋዬ ወ/ዮሐንስን ከልብ አመሰግናለሁ:: አትላንታ የሚገኘው የሎሬት የስነፅሁፍ ማዕከል አባላትን ቴዎድሮስ ታደሰን፣ የሴም ደበበን እና አማረች ወርቁ ምስጋናዬ ይድረሳችሁ::

ቅድመ ታሪክ

የጥቁር እናት ነኝ ከህይወት ታሪኬ ውስጥ ምንጊዜም ከመጀመሪዎቹ ከምጠቅሳቸው የእግር ዳናዎች ውስጥ አንዱና ዋነኛው ምዕራፍ ነው፡፡ የእኔው የራሴ እውነተኛ የሀዘን፣ የለቅሶ፣ የቁጭት፣ የመጠቃት፣ የትግል፣ የደስታ፣ የአሸናፊነት . . . ታሪክ ነው።

ነዋሪነቴ በሰሜን አሜሪካ ነው፡፡ የመጀመሪያው ልጄ ልዑል እንዳለ ከተወለደ ከሁለት ዓመት ከስድት ወራት በኃላ አእምሮ እድገት መዘግይት (ኦቲዝም) መጠቃቱን ተረዳው ፡፡ ውጤቱም የመናገርና የመግባባት ችግርን እንደሚያስከትል ተገነዘብኩ፡፡ ብዙ በዘርፉ የተካሄዱ የጥናትና የምርምር ስራዎች አንደሚያሳዩት በልጅነታቸው ችግራቸው የታወቀላቸው ልጆች ተገቢውን እርዳታ ሲያገኙ ብዙ ለውጥ እንደሚያመጡ ሰለሚያስረዱ ለልዑልም በብዙ ተስፋ ተሞከረ፡፡ ይሁን እንጂ ልጄ ያጋጠመው በኦቲዝም የመጠቃት ደረጃው ከፍተኛ ስለነበረ ብዙም ለውጥ ማምጣት ሳይቻል ቀረ፡፡

አስራ ሁለት ዓመቱ ላይ ሲደርስ ተፈጥሯዊ ቅድመ ጉርምስና ሂደቱና የተፈጥሮ ለውጡን ጨምሮ ሁኔታው ከቁጥጥር ውጪ ሆነ፡፡ ትምህርቱን ይከታተልበት የነበረው ትምህርት ቤትም የልጄን ሁኔታ ተረድቶ ተገቢውን ድጋፍ ከማድረግ ይልቅ ልጄ ላይ ከባድ ተፅዕኖ ማድረግና ማስጨነቅን ተያያዘው፡፡

በዚህ አስጨናቂ ሁኔታ ውስጥ ልጄን ለመርዳት የትምህርት ቤቶቹን ደንብ፣ ህግና የአሰራር ዘይቤቸውን ማጥናት ላይ አተኮርኩኝ፡፡ በውጤቱም እንደ ተረዳሁት የመንግስት ትምህርት ቤቶች እንደኔ ዓይነት ችግር ያለባቸውን ልጆችን በአግባቡ ማሰተናገድ ካልቻሉና በችግራቸው ምክንያት ከተወሰኑ ቀናት በላይ ካባረሩ ቤተሰብ በግል በሚተዳደሩ (Special Education) ተቋማት ልጆቹን ልኮ ማስተማር እንደሚችል ህጉ ይደነግጋል፡፡ ስለሆነም መረጃዎቹን ሰበሰብኩኝና ከትምህርት ቤቱ ጋር እልህ አስጨራሽ ክርክር አካሂጄ ለልጄ የሚገባኝን አስወሰንኩኝ፡፡

ውሳኔው መተግበር ሳይጀምር በሰሜን አሜሪካ በተለይም እኔ በምኖርበት ከተማ ሲያትል የኮሮና ቫይረስ- ኮቪድ (Covid-19) ለመጀመርያ ጊዜ ተከሰተ፡፡ ልጄ የተወሰነለትን ውሳኔ ሳይተገብሩ የትምህርት ቤቶች መዘጋት ግድ አለ፡፡ ለውጥ

የማይወደው ልጄ የተከሰተው ሁኔታ ከቁጥጥሩ ውጪ አደረገው፡፡ ስለ ሁኔታው ያማከርኩት ዶክተር በሙያው በሰለጠኑ ሐኪሞች እገዛና ክትትል እንዲደረግለት ያቀረበው ምክረ ሀሳብ በጊዜው ስለህክምናው ምንም አይነት መረጃ ስላልነበረኝ ብዙም ምቾች አልሰጠኝም፡፡ በብዙ ውይይት አሳምኖኝ ልጄን ወደ ተባለው ማዕከል መውሰድ እንዳለብኝ ተገነዘብኩ፣ ሆኖም ግን ካስቸገረ ተመልሼ እንድመጣ ነግረው አሰናበቱኝ።

ወደ ማዕከሉ ከአምስት ጊዜ በላይ ከተመላለስኩ በኃላ በመጨረሻ ብዙ ለውጥ ማምጣት እንደማይችሉ ሲረዱ ልጄን ወደ ማዕከሉ መልሼ እንዳላስገባው ከለከሉኝ፡፡ ለልጄ መፍትሄ ሳትሰጡት በፍፁም አታሰናብቱኝም ብዬ ከባድ ውዝግብ ውስጥ ገባሁ፡፡

በአንድ ለሊት ልጄን እንደማይቀይሩልኝ ባምንም፣ ትምህርት ቤቶች በመዘጋታቸውና የሚማርበት የነበረው ትምህርት ቤት በኮሮና ምክንያት በመዘጋቱ ማስገደድ ባለመቻሌ ጫና የመፍጠሬ ዓላማ ከትምህርት ቤቱ ጋር ለልጄ የተወሰነልኝን ተፈፃሚ እንዲያደርጉልኝ ነበር፡፡

በየሳምንቱ እልህ አስጨራሽ ትግል እያደረኩኝ ልጄን ለሰባት ወራት ደህንነቱን አስጠበቄ እንዲቀመጥ አደረኩኝ፡፡ እኔ ግን በተራዬ በየቀኑ በከባድ ፈተና ውስጥ አልፍ ነበር! አለቅሳለው፣ ተስፋ እቆርጣለው፣ ሰው መሆኔን እጠላለው፣ ዘረኝነት ፊት ለፊት ሲጋፈጠኝ እመለከታለሁ፡፡

ከስምንት ወራት ቆይታ በኃላ ያለበት ቦታ ጊዜያዊ በመሆኑ በኮቪድ ምክንያት ትምህርት ቤቶች በመዘጋታቸውና ሀኪም ቤቱ ደግሞ የልጄን ችግር ሊቀይረው ባለመቻሉ ልጅሽን ከዚህ ማስወጣ ግድ ነው የሚል ከባድ ጫና መፍጠር ጀመሩ።

በውሳኔው ካልተስማማሽ ልጇን መጠበቅ አትችልም ብለን ለሚመለከተው አካል እናስተላልፈዋለን የሚል ማስፈራሪያም ጨመሩ፡፡ እኔም በተራዬ በህግም ሆነ በሰብአዊነት ልጄን ልትረዱት ይገባል ብዬ በአቋሜ ፀናሁ። እነሱም ልጄን መውሰድ እንዳለብኝ ነግረው የመጨረሻ ሀሳቤን እንድነግራቸው ጠየቁኝ፡፡

በዚህ እልህ፣ ቁጭትና ንዴት ውስጥ "የጥቁር እናት ነኝ" ተፀነሰ። ያኔ ስሜት፣ እጅ እግር አገኝና ሙሉ አካል ሆነ።

በእንጥልጥል የነበረው የልጄ ጉዳይ ላይ ሰላሳ ሶስት ሰዎች በተሰበሰቡበት ውሳኔ ለመስጠት ለስብሰባ ጠሩኝ። ይህ ቀን ለእኔ በህይወቴ እጅግ ፈታኝና አስጨናቂው ቀን ነበር። ለውሳኔያቸው የተሰማኝን ሲጠይቁኝ የሚከተለውን ንግግር አደረኩኝ።

ሁላችሁም ዓይኖቻችሁን ጨፍኑና የምነግራችሁን በእዝነ ልቦናችሁ አስቡ። ቤታችሁ ሳሎን ውስጥ ልጆቻችሁ ቁጭ ብለው ቴሌቭዥን እየተመለከቱ ነው። ሚስት የሚበላውን እያዘጋጀች ባል ደግሞ እያገዛት ይገኛል። ጥሩ የሆነ በሳቅ ፣ በደስታ ፣ በፌሽታ የተሞላ የቤተሰብ ጊዜን እያሳለፋችሁ ትገኛላችሁ። በሌላ በኩል ደግሞ የእኔን ልጅ አስቡት። እድሜው አስራ ሁለት፣ ሰውነቱ ያለ እድሜው የገዘፈና ጥቁር፣ የትልቅ ሰው ልብስ የሚለብስ፣ የትልቅ ሰው ጫማ የሚጫማ፣ ቁመቱ አንድ ሜትር 82 ሴንቲ ሜትር የሆነ፣ እንደ ልጅነቱ እጁን ይዤ ከአደጋ የማላስጥለው፣ ክፉና ደጉን ሽጉጥና መጫወቻን መለየት የማይችል፣ የማይናገር፣ አዕምሮው የተጎዳ፣ ሁልጊዜ የሰዎችን እርዳታ የሚሻ፣ እና ይህ ልጄ ከእጄ አምልጦ ድንገት ሳትዘጉት የረሳችሁትን የሳሎን በር፣ በርግዶ ቢገባ ምን ታደርጉታላችሁ?

ልጄ ኦቲዝም አለበት ብላችሁ ይገባችኋል? ስለ ኦቲዝም በአካባቢያችሁ ስንት ሰው ግንዛቤ አለው? ሁሉም ነገር የራሱ ለሚመስለው ልጄ የፈለገውን ትሰጡታላችሁ? እኔን ትረዱኛላችሁ? ወይንስ ከዛ ቦታ በሰላም እንዲወጣ ታግዙኛላችሁ?

እልህ፣ እምባ፣ ሲቃ፣ ተስፋ መቁረጥ፣ አጋዥ ማጣት፣ በተሞላበት ድምፅ እስኪ መልስ ስጡኝ ብዬ ለደቂቃዎች ዝም አልኩኝ። አዎን እንደ ማትመልሱልኝ አውቃለው። እኔ መልሱን ልንገራችሁ ብዬ ቀጠልኩኝ በእርግጠኝነት የምታደርጉት መሳሪያችሁን ትመዙና ቤታችን ያለፍቃዳችን በመግባት የእኔንና የቤተሰቤን ህይወት ስጋት ውስጥ በመክተቱ ብላቹሁ ልጄን ትገድሉታላችሁ። ህጉ ደግሞ ቤታችሁ ያለፍቃዳችሁ ገብቶ ራሳችሁን ለመከላከል ምርጫ ስላልነበራችሁ ብሎ ነፃ ያወጣችኋል። እኔም ልጄን ለማስጣል በማደረገው ሂደት ከፅዋው አልተርፍም።

በወቅቱ በሚኒያፖሊስ (Minneapolis) መተንፈስ አልቻልኩም እያለ የተገደለው የጆርጅ ፍሮይድ ክስተት አሜሪካንንና መላውን ዓለም ከጫፍ እስከ ጫፍ የጥቁር ሕይወት ይገደናል (Black Lives Matters) የተሰኘ ትልቅ ንቅናቄ ተቆጣጥሮት ነበር።

ከሶስት ሳምንታት በፊት የጆርጅ ፊሮይድን ሞት ተመልከታችሁ የጥቁር ህይወት ይገደናል ብላችሁ ከመስሪያ ቤታችሁ ፊት ለፊት በጉልበቶቻችሁ ተንበርክካችሁ ተመልከቼ ነበር፡፡ በወቅቱ እኔም እውነት የእኔን ጩኸት ነው የምትጮኹት ብዬ ከእናንተው ጋር ተቀላቅዬ ተሰልፌ ነበር፤ ነገር ግን አንድ ወር እንኳን ሳይሞላው ልጄን ይሄ ሁሉ ችግር ካለበት ነባራዊ ተፅዕኖ እያያችሁ ሂድ ከዚህ በላይ አንረዳህም ትላላችሁ፡፡ እውነትም የጥቁር ህይወት የሚገዳችሁ ከሆነ በህይወት ያለው የእናንተን እርዳታ የሚሻው የእኔ ልጅ ነው፡፡

ጆርጅ ፍሮይድ ሞቷል፡፡ መተንፈስ አልቻልኩም የሚለው ድምፅ ዓለምን አንቀጥቅጧል፡፡ እናንተም እኔም የምናውቀው ልጄ ግን ቢገደል እንኳን መተንፈስ አልችልም ሳይል በፀጥታ ነው የሚሞተው፡፡ የእኔ ጭንቀት ያ እንዳይሆን ነው የምታገለው፡፡ የጥቁር እናት ነኝ! ለልጄ እናንተም ግዴታ አለባችሁ በማለት ስጋቴን ነገርኳቸው።

በመሃል ንግግሬን የሰማች አንዲት ተሰብሳቢ ሴት ድምጽ አውጥታ አለቀሰች፡፡ "በዚህ ሁሉ ጭንቀት ውስጥ ለምን አትረጂትም? ስትል ሀዘኗን ገለፀች። ለቅሶዋ ድምፅ ሆነኝ፣ ያ ቅስፈት ታሪኬን ለወጠው! ትግሌ መቋጫ አገኘ።

ጉዳዩ በሌላ አዲስ ዶክተር እንዲታይ ተወሰነ። ውሳኔውም እናትየዋ የምትፈልግበት ትምህርት ቤት እስኪቀበለው ድረስ እዛው በነበረበት ሁኔታ እንዲቆይ ሲል ውሳኔ አሳለፈ፡፡

የጥቁር እና ነኝ ታሪክ መነሻው ይህ ነው፡፡

የዝምታ..ፍሰት

ሺ ሀሳብ በልቡ ሲፈታ፤ ሲቋጥር የሚቆጠቁጡ፣
ቆፍረው በጣጠው፤ ከደረት ላይ..ወጡ..
ጊዜያት ሲቀየሩ ቀናት ሲለወጡ፣
ታሞ አይድን በሽታው አስታማሚ ጠፍቶ፣
መቀበልን እንጂ ማካፈልን ጠልቶ፣
ማቆሪያው ሲሞላ የዝምታው ፍሰት፣
ችለው የማይሰሙት ሆኖ ያርፋል ጩኸት።

2021 ስያትል

ከአዳም ዘር..

ንፅፅሩ ቢቀር... ሁሉም ውብ ነው በዓለም!
አንዳች ሚመሳሰል.. ሁለት ፍጥረት የለም።

ዉበት እንደ..

የሰዓሊው ስራ ፣ ለሌላው ባይመስል

እንደ ሊዮናርዶ ፣ የቀረፀው ምስል፣

ሁሉም በየዘርፉ ፣ ውበትን ሲመስል።

እጅ እንዳጣጣሉ ፣ ስያቀርበው ለእይታ፣

እንደየ ንድፍ አውጪው ፣ የስዕል ችሎታ፣

አንዱ ያደመቀው ፣ ለሌላው ላይታይ

ሚዛኑን ለማወቅ ፣ አቅርቦ ሲተያይ

የውበት መስፈርቱ ፣ ለሁሉም ቢለያይ፣

ያንዱ እይታ... ከአንዱ ላያንስ፣

በምክንያት የተዋሀደ ከነፍስ፣

አዕምሮ ፈራጅ ሆኖ የራስ፣

በሁሉም ልቦና ፣ ሌላ መልስ ስለ አለ

"ውበት እንደ ተመልካቹ ነው" ተባለ።

ለአንዱ ዓይን ፣ ለአንዱ አፍንጫ

ለአንዱ ቁመት ፣ የውበቱ መገለጫ

ደግሞ እየመሰሉ ፣ የፀሀይን መውጫ።

እዚህ ደግሞ ፣ የልብ እውነት

በሰውነት...የተሞላ በደግነት!

ጊዜ የማይሰጥ ፣ ለገፅታው ቅርፀ ስራ

ከውስጥ ወደ ውጭ ፣ጨለማውን የሚያበራ.

እንደ ተመልካቹ ነው ተባለ...

ቢቸግር.... የውበት ሚስጥሩ፣ ሊብራራ።

2021 ስያትል

የማይሽር ቁስል

በማር ተለውሶ ፤ ጥሞ አልገባ ካለ፤
ቀድሞ የተጎረሰ ፤ እሬት ሆድ ውስጥ አለ!

ቅዳሜ

ቅዳሜ ተመርጣ፣ ለነፍሴ ጠብታ
የፍቅርን ፀበል ያካፈልከኝ ለታ
በመጠበቅ ሀሴት ፣ ፀሀይዋም አታነድ
ብርዷም በርዶ አይበርድ!
በፍቅር ምናኔ ፣ በቀኑ ስንነጉድ
ያኔ የቀጠርከኝ ፣ ቅዳሜን ጠብቀህ
ከቀናቶች ሁሉ እሷን በእኔ አድምቀህ
ሁሉም ተረሳና ፤ ያንተ ፍቅር አልቆ
ይመጣል ትዝታህ ፣ ቅዳሜን ጠብቆ።

አንድ ጉዳይ አለኝ!

አይተኸዋል መሰል ፣ የልቤ ክፍተቱን፣
የተረባበሸ ፣ የውስጤ ጉድለቱን፣
በጉሮሮ ዘልቀህ ፣ ነካክተህ አንጀቴን
ቦረቦርከው ልቤን ፣ ቧጠጥከው ደረቴን።
ጨጓራዬን ዘልቀህ....
ህመም ፈጠርክብኝ....፣
ሳንባዬን ነካክተህ ፣ ትንፋሽ ወሰድክብኝ።
የደም ዝውውሬን ፣ ደምስሬን እረግጠህ
ከወትሮ የተለየ ፣ ልቤ ደም ረጨ..!
አንድ ጉዳይ አለኝ ፣ ባንተ ያልተቋጨ።

ሰው ፍጠርላት..!

ቢሻህ እንደ አዳም ፣ ከአፈር ለውሰህ
ወይ እንደ ሙሴ ፣ ከትውልድ አንግሰህ
ከዚህ ትውልድ ያልተዋለደ
በዘር በሀረግ ያልተጋመደ
ወደ ፊት የሚያራምድ
የሚያራግፍ የሰው አመድ
የእናት ዕንባ የሚያብስ
ክብር የገባው ፣ ለሰው ነፍስ
ለተራብ ለወደቀው የሚደርስ፣
ዘመኑን የማይፈጅ ታሪክ እያኮሰሰ
ሰርቶ ያለፈን ትውልድ ዛሬ እየከሰሰ።
የሚታደግ የሚያቀብል ውኃ
ጥሚን የሚቆርጥ በበረሀ
ሰው ፍጠርላት ለአገሬ
በቀዬው እንዲኖር ገበሬ።
ሰው ፍጠርላት ለአገሬ
ሰው ፍጠርላት ለምድሬ።

2020 ሰያትል

ልማደኛው ልቤ

እራብ እንዳልለው ፤ ያቅለሸልሸኛል፤
ጥማት እንዳልለው ፤ ውኃ አስጠልቶኛል፤
ፍቅር እንዳልለው ፤ ማመን አቅቶኛል።
    ሞቼአለሁ እንዳልል.. ይህን አስቤያለሁ፤
    ቆምያለሁ እንዳልል ፤ ይኸው አዘማለሁ፤
ተጎድቼ የኖርኩ ፤ መከራዬን ያየሁ፤
ወድቄ የተነሳሁ ፤ ብዙ የተሰቃየሁ፤
መኖር ከተባለ ፤ እኔም እኖራለሁ፤
ማደር ከተባለ ፤ ነገንም አድራለሁ።
        ግን… ግና….ግን.. ብታደምጡ እኔን፤
        ነፍስ ያለው ግዑዝ ፤ ሆኛለሁኝ በድን።
ዛሬም ሽቶ ይሆን ፤ የትላንት ጭንቁን
ልማደኛው ልቤ ፤ ብሎኝ ይሆን ምን?
    ዛሬ ያገረሸብኝ ፤ የትላንት መንፈሴ፤
    መቀመጥ ሲቻለው ፤መች አረፈ ነፍሴ።
ሳይተወኝ ህመሜ ፤ ሳይ ማመርቀዙን
ልማደኛው ልቤ ፤የት ወስዶኝ ይሆን?
    አትነግሩኝም ወይ ፤ እንዲህ ነው ነገሩ፤
    ተከፍቶ ነው በሩ….
    ማብቅያ የለውምና ፤ የፍቅር መንደሩ።
የሚበጀው ይሆን ፤ ሌላ ቆረቆረ፤
ልማደኛው ልቤ ፤ ማዶ ተሻገረ፤
ትላንትን እረስቶ ፤ ዛሬም አፈቀረ።

1993 ዓ.ም አዲስ ከተማ ት/ቤት

የጀርባቸው ታየ

የህዝብ አዳም ዕንባ ፣ ደርሶ ሲገልጣቸው ፣
ቀን በአደባባይ ፣ ወስዶ ሲጥላቸው ፣
እውነቱን ከልሰው ፣ ታሪክ ሲያደባዩ ፣
ሰርተናል ያሉትን ፣ ተውኔት ሊያሳዩ
ከመድረክ ፣ ሲወጡ፣
የተንጠባጠበ...........
ያፈሰሱትን ደም ፣ በእግር እየረገጡ
የኋላ ጉዳቸው ፣ ያለው ተደብቆ፣
የጀርባቸው ታየ ፣ ከመድረኩ ደምቆ፣
በእግራቸው አሻራ ፣ መድረኩ ጨቀየ፣
በእጃቸው ከያዙት ፣ የረገጡት ታየ።

2018 ስያትል

እውነት ስትቀበር

እውነት ስትራቆት ፣ በአደባባይ ቆማ፣
ታሽረጉድ ነበር፣ ውሸት ከፊት ቀድማ።
ምስክር አልቆመ ፣ አልነበራት ዳኛ
ተነስታ ስትወጣ ፣ ሆና ስደተኛ።
ውሸት ሲነግስባት ፣ ቀድሞ እየተገኘ
ተው ባይ አልነበረም ፣ እውነትን የዳኘ።
አንገቱን አስግጎ ፣ ጥቅም አስቀድሞ፣
እውነትን ሲያርዳት ፣ ምድር ላይ አጋድሞ፣
ሊያድናት የመጣ ፣ ሟች ነበረ ቀድሞ።
ገዳይ ተሳክቶለት በምድር እየኖረ፣
ለመልካም የተጋ ፣ ካፈር በታች ቀረ፣
እውነት ተዋረደ ፣ ሀሳቡ ሰመረ፣
ከመቃብር በላይ ፣ ውሸት ተከበረ።
ጉድጓዱን ለማስፋት ፣ እንዳልቆሰቆሰ
በእውነት መቃብር ላይ ፣ ውሸት አለቀሰ።

2020 ስያትል

የዘንድሮ ፍቅር

ሀምሌ ላይ ተዋውቆ፣
ነሀሴን ፣ ሸልቅቆ፣
በሮ.. ከንፎ...... ከንፎ!
ቀፎ ገላን ፣ ታቅፎ።
እምነተቢስ ፣ በዝቷል
ማን በማን ይዘልቃል?
የሀምሌው ጅማሬ፣
መስከረም ያበቃል።
የዘንድሮስ ፣ ፍቅር
ሳይጀምሩት ፣ ያልቃል።
1993 ዓ.ም አ.አ

ጅብ ከሄደ..

መውደዴን ጨርሼ ፣ ብነግረው የሆዴን፣
ብ.ዘ.ከ.ዝ.ክ.ለ.ት ፣ ለሱ መሰደዴን
ያመሳከር ጀመር ፣ መወፈር መቅጠኑን፣
ይመዝነው ገባ ፣የፍቅሬ መጠኑን።
እናም.......
ፍቅሬና ምላሹ ፣ ስላልተጣጣመ
የኔም ልብ በተራው ፣ ብዙ አውጠነጠነ።
አስቦ ሲመጣ ፣ ደምሮ ቀንሶ
በመጠበቅ ብዛት ፣ የኔም ተቀንሶ
ሳስቶ... ሳስቶ.... ሳስቶ.... ላልቶ ተበጥሶ
ፀሀይ እንደ መታው.......
እንደ ጋለ ውኃ ፣ ፍቅሩ እንደ ተነነ፣
መልሶ ሲመጣ ፣ እሱ መች አመነ።

ሽንፈቴን ወደድኩት!!

ተሰበረ ልቤ ፤ መለስ አለ ቀልቤ፤
በትዕቢት ኮርቻ ፤ ሳል ጠፋ ጋልቤ፤
ሽንፈቴን ወደድኩት.. ሰከን አለ ልቤ።
    ተማርኩኝ በብዙ ፤ ሽንፈቴ ሲወራ፤
    ዓለም ባይገባውም ፤ ደግሼ ስጠራ፤
    ድህነት እንዲሆነኝ ፤ ያለፈው መከራ።
    እንዳልኮራ በዓለም ፤ እንዳልመፃደቅ፤
መለስ ብሎ ማየት ፤ አስተማረኝ መውደቅ።

ጠፍቶ ማንነትሽ

ከርቀት አየሁሽ ፣ቆመሽ ስትቆዝሚ፣
አንገትሽን ሰብረሽ፣ ወደ አንድ ስታዘሚ፣
ስደርስ አጠገብሽ፣ አንቺ ከቆምሽበት፣
ከተሰደድሽበት፣ ከተሰደድኩበት፣
አርቀው ከሾኑሽ ፣ ጥዬው ከሄድኩበት፣
በዓይን አስተሳሰረን፣ ወዘናችን ድንገት።
የሚያመሳስለን ፣ የሚያስተሳስረን፣
በብዙዎች መሀል! ኢትዮጵያዊ ቀለም፣
ከእኔና አንቺ በቀር በዝያ የተገኘ
ሰው አንዳችም የለም….!
ታየሽኝ ከርቀት ፣ በነጫጮች መሀል፣
ሆነሽ ጠይም ዳማ…
እናትሽን ሳልኳት፣ ስትድህ ስትደማ፣
ባንቺ ናፍቆት ታማ….።
ኑሮሽ እንደሆነ ፣ መባዘን በጭንቀት፣
ጠፍቶሽ ማንነትሽ…
አይንሽ ያሳብቃል ፣ ፈገግታ ከራቀው፣
ከኮሰሰው ፊትሽ…..።
ታድያ….
ዓይኖችሽ በብርቱ፣ መለኮት አላቸው፣
ለልቤ አደረሱ፣ መልክት እንዳላቸው።
እናም….
ጥላቻን አነበብኩ ካዓይንሽ የሚወጣ

የምትይ መሰለኝ..........!

ያንቺ ኢትዮጵያዊነት ፣ ባፍንጫዬ ይዉጣ።

የምትይ መሰለኝ.... አይኖችሽን አንሺ

ደርሰሽ ላትደርሽልኝ ፣ ሆዴን አታምሺ።

የምትይ መሰለኝ፣ ኑሮዬን ልኑረው፣

ብዙ አለኝ ምክንያት ፣ ፊቴን እንዳዞረው።

ከዝያም.........

የተረባ'በሽ የተጨና'ነቀ ፣ መንፈስሽን ሳየው፣

ደርሶ ለመረዳት ፣ ሲስበኝ ወዳንቺ፣

ታየሁሽ መሰለኝ፣ አገርሽን ወክዬ፣

ታየሁሽ መሰለኝ፣ እናትሽን ወክዬ፣

አርቄ የተውኩሽ፣ ከወገን ነጥዬ፣

ከወንድም ከእህትሽ ከአባትሽ ገንጥዬ።

ሆነሽ ብትሰሚኝ ፣ ሀዘን ፍቅር ማጣት፣

የእናት የአገር ፍቅር ፣ እራቡ የቀጣት

ሆነሽ ብትሰሚኝ! ሀዘኔ ነው እንጂ፣

አትስጊ በጭራሽ ፣ እኔ አልፈርድም ባንቺ።

እድሜሽ ይነግረኛል ምርጫ እንዳልነበረሽ

እናትሽን ጥለሽ ፣ አባትሽን ጥለሽ፣

ወስኖ ለመውጣት፣ ከአገር ተነጥለሽ፣

በዛ ጨቅላ እድሜሽ አንቺ እንደምን ብለሽ?

እኮ!!... ምን ተረድተሽ?

ሲያንገላታቸው ፣ ችግርና ረሀብ፣

ለአገር እና እናትሽ......

አውጥተው ሰደዱሽ ፣ ጠፋ ማንነትሽ።

ወሰኑልሽ ላንቺ ፣ ሰጡሽ ለማደጎ፣
ዕጣሽ ለወጣለት ፣ለመጣ ፈልጎ።
ችግር የማታጣው ስንክሳሯ አገሬ
ስንቱን ታውቀው ይሆን?
ሲበታተ'ንባት እንዳንቺ አይነት ፍሬ።
ስንቱን ታውቀው ይሆን?
ወጥቶ እንደቀረ ፣ ከቤት እንደ ወጣ፣
በእናት እጦት ፍቅር በእርስዋ እንደሚቀጣ።
ስንቱን ታውቀው ይሆን? መገዛት ባርነት፣
የታከተው ትውልድ ፣ ሰው አገር እንዳላት።
ምን ላርግሽ ፣ ምን ልሁን? በየትኛው ጊዜ?
እንደምን ላስረዳሽ? ታሪኳን የአገሬ
ታሪኳን የወንዜ.....።
የደም ትስስርሽ ፣ ከእኔ እንደሆነ አውቆ፣
ህመምሽ አመመኝ፣ ጥላቻሽ ተሰማኝ ፣
ገባኝ ውስጤ ዘልቆ....፣
ለይቶ እንደሚታይ ፣
የተገኘ ስንዴ ፣ ከጤፍ መሀል ወድቆ።
ግዴለም...ባክሽ አለኝ የምነግርሽ፣
ጆሮ ስጪኝ ብቻ...፣
አይኖችሽ አይራቁኝ ገፍተው በጥላቻ።
ስሚኝ እማ ውዴ.........!
የተገኘሽበት ብዙ ባይገባኝም
ስቃይ የደቆሳት ወይ በረሀብ የሞተች
እናት እንዳለችሽ ግን፣ ለእኔ አይጠፉኝም

ይህንን አውቃለሁ….!

አገርማ አለሽ ፣ ብዙ ባህል ያለው፣

አገርማ አለሽ ፣ ይህ ዓለም ያላየው።

ይህንን አውቃለሁ!……

ኢትዮጵያዊ እናት ፣ ብዙ ነው ትርጉሟ!

ከብዙ ጥቂቱን ፣ ልንገርሽ ስሚማ

በረሀብ በችግር ፣ ቢበዛ እንኳን ጫና

እጇን አትሰጥም ፣ ካልደከመ አቅሟ።

2017 ስያትል

ድሃን ምን ይውጠው

ምን ይውጠው ነበር? በዚህ ዓለም ኑሮ፣
ፍቅርን ለማግኘት ፣ ቢሆን ተመራምሮ፣
ለመጡየ ዮ ለማፍቀር ፣ ቀንሶ ደምሮ፣
ሀ ሁ ሂ ሃ.... ብሎ፣ A B C D... ቆጥሮ
ዲግሪና ማስትሬት ፣ መስፈርት ቢሆን ኖሮ።
ድኃ በምን ተስፋ፣ ዛሬን ያድር ነበር?
ለመውደድ ለማፍቀር ፣ ወይ ለመከባበር፣
ክፍያ ቢኖረው ፣ ምን ይውጠው ነበር።
የነጣ የገረጣ ለዚህ ፣ እንግልት ዓለም፣
ለድኃ ቤት ጎጆ ፣ ቢባል ፍቅር የለም።
ስንቱን አጥቶ ባለም ፣ ይኖር ነበር ድሀ፣
ተጎንጭቶ ባያድር ፣ የፍቅርን ውኃ።
ፍቅር ባይቸረው ፣ ይህ ቀን እንዳይጨልም፣
ተስፋው ምን ነበረ ፣ ሰለ ነገ ማለም፣
እንዴት የሚያስፈራ ፣ እንዴት የሚያስጨንቅ፣
ትሆን ነበር ዓለም?

ውለታቢስ

ቢከወን.... ቢከወን ፤ የዓለም ደግ ስራ፤
በደስታ ፤ በሀዘን ፤ በሰው ልጅ መከራ
ደግነት ቢዘራ ፤ ወይ እንደ ጎርፍ ቢፈስ፤
ቢታደጉት ለሰው ፤ ለተጨነቀ ነፍስ፤
ከትላንቱ ዛሬ ፤ ቢቀየር ህይወቱ፤
ሺ...... ቢደረግለት ፤ ቢሞላ ጉድለቱ፤
ይዘው ቢያሻግሩት ፤ ቢያሳልፍ መከራ፤
በጭንቅ ሲገፋ ፤ ሲወጣ ተራራ፤
ከዛ ሁሉ ትግል ፤ ከዛ ሁሉ ስራ
አንድ ስህተት ቢኖር....
ከሺ ደግነት ውስጥ ፤ መሀል የተሰራ፤
ከተንዠረገገው፤ ከሺ ጥለት ዘርፉ
አንዷን ንጥል ቁጨት ፤ ለይቶ ከጥልፉ
ያችን አንድ ስህተት፤ መንጥሮ ያወጣና፤
ያፈርሳል ይንዳል ፤ መልካሙን ዝምድና፤
ወደ ኋላ ትቶ፤ ያን ሁሉ ውለታ፤ ያን ሁሉ ደግነት፤
ሲዘክር ይኖራል፤ ያችን አንድ ስህተት።

ለበጎ ነው

ያኔ ገና ድሮ ፣ ከጥንት ከመጽሐፉ፣
የዮሴፍ ወንድሞች ፣ ሲያሴሩበት ክፉ፣
ያን የጭንቅ ጊዜ ፣ በትዕግስት ማለፉ፣
ለበጎ ነው ብሎ ፣ ጽፎታል መጽሐፉ ።
በጉድጓድ ውስጥ ፣ ጥለው፣
እርቃኑን አቁመው ፣ ልብሱን በደም ነክረው፣
ነፍሱን አስጨንቀው ፣ ከአባቱ ነጥለው፣
ለያዕቆብ ሲያረዱት ፣ አውሬ በላው ብለው።
በቅናት ተይዘው አውጥተው ሲጥሉት፣
መስሉአቸው ጨርሰው ፣ የሚገላገሉት፣
የፈጣሪን ምህረት ፣ ምንም ሳያጤኑት፣
ለበጎ መሆኑን..........
ሊያሳልፍላቸው ፣ ያን ክፉ መከራ፣
ለምህረት ታቅዶ ፣ በሱ እንደተሰራ፣
እንደምን ረሱት ፣ የሱን ድንቅ ስራ።
ያን ጭንቅ ጊዜ ፣ ያን የጭንቅ ዘመን፣
ለበጎ ነው ብሎ ፣ እንደምን ይታመን፣
ከእዝያ ጉድጋድ ወጥቶ ፣ ከተጣለበቱ፣
ሰው ይሆናል ያለ ፣ ማን ነበረ ብርቱ?
ከሞቀ ጉያ ውስጥ ፣ ከአባት ክንድ አውጥተው
እንደ ዕቃ ለውጠው ፣ ለነጋዴ ሽጠው፣
መከራን ሲቀበል ፣ በሰው አገር ገብቶ
ለበጎ ነው.. ያለ ማን ነበረ ከቶ?

ግና.. ያን የረሃብ ዘመን.....ሊያሳልፉቸው፣

በችግር ውስጥ አልፎ ፣ ቀድሞ ፣ ጠበቃቸው፣

ዮሴፍ በሰው አገር ፣ ተሹሞ ቆያቸው፣

የፈጣሪን ሥራ ፣ ምህረት ሊያሳያቸው።

3/13/2013 ስያትል

ዝም አልልም

ፍርድሽን ካልሰጠሽ ፣ አውቆ ካዘመመ፣
ለእኔ ጉዳይ የለኝ...ከአንቺ የቀደመ
ለዓመታት የሚዘልቅ ፣ ህመም የታመመ።
ከቤተመንግስት ደጅ ፣ የተከሉት ተክል.....፣
አረንጓዴው ቅጠል፣ቢሻው ቢጫ ያብቅል።
ጠጥቶ ሲረካ... ሰው ጥጋብ ካልቻለ፣
ከሰውነት አውሬነትን ከተቀላቀለ፣
ህፃን ከቡሯን ጨቅላ፣
ለፍትዎቱ ካንጋለለ!!
ልጅነቷን...... ሴትነቷን ገድሎ
ለሱ ከተመኘ ፣ በኋጥያት ባህር ከዋኘ፣
ፈራጅ ከፍ ባለ ድምፅ ካልዳኘ፣
ተፈራጅ ባደባባይ ካልተገኘ።
የመርካት ውጤቱ....
የመርካት ውጤቱ ፣ እንደዚህ ከሆነ
አባይም ይሰደድ ፣ ጣናም ይድረቅ ቢሻው
ፍርድሽን ካልሰማሁ፣ እስከ መጨረሻው።
06/12/20 ስያትል

የህልሜ መጨረሻ

እስቲ ህልም ፍቱ፣
ተጨነኩ በብርቱ!
እመጣለሁ ቢለኝ...ዛሬ በህልምሽ፣
በጊዜ ተኝቼ ፣ በቶሎ ሳይመሽ፣
ከእውን ዓለም ቢርቅ፣
የህልም ተስፋ አስ'ቋጥሮ፣
አረጋግቶኝ ሄደ ፣ አስይዞኝ ቀጠሮ....።
በእውን ባይመቸው ፣ በህልም ላየው ጓጉቼ፣
እንደው ያለወትሮው ፣ በጊዜ ተኝቼ!
ልቤን በደስታ ፣ በተድላ ሞልቼ፣
ስጠብቅ........ ስጠብቅ!!
ስጠብቅ........ አምሽቼ ፣
በቀጠሮው መጣ ፣ ተስፋዬን ሰንቆ፣
ካለሁበት ቦታ ፣ መጠበቄን አውቆ።
ለማመን አልቻልኩም.........!!!
አልቀረሁ ጠብቄ...በህልሜ መጣ ያሰው፣
ባይገባኝም ከቶ ፣ የነገረውን ሰው፣
ቀጠሮ ማክበሩ ፣ መውደዴን አባሰው።
ታድያ...! ግራ የተ'ጋባሁት
በህልሜ መጨረሻ ፣ ስን'ሮጥ.... ማደራችን፣
አንዴ ስከተለው ፣ አንዴ ሲያስከትለኝ
ገብተን የሰው እርሻ ፣

ሳልይዘው ሳይዘኝ ፣ እስከ መጨረሻ።

እስቲ ህልም ፍቱ.......

እስቲ ህልም ፍቱ ፣ ተጨነቅኩ በብርቱ።

ት..ና..ፍ..ቀ..ኛ..ለ..ህ!

በረጋው ደሜ ውስጥ ፤ ማዕበል ታስነሳለህ፣
ከቃል በላይ ሆነህ ፤ ታስጨንቀኛለህ፣
በህልም ዓለም ኖረህ ት.ና.ፍ.ቀ.ኛ.ለ.ህ!።
አንድ የፍቅር አምሳል ፤ በእኔ ላይ የዋለ፣
ደርሶ ማይነካ ፤ በሰማዩ ሸራ ፤ ምስሉ የተሳለ፣
የማልወጣው ናፍቆት ፤ በልቤ ውስጥ አለ።
አለህ ስል የለህም ፤ የለህም ስል አለህ፣
ሲደክመኝ ስተወው ፤ ድንገት ትመጣለህ፣
አጠገቤ ሆነህ ፤ ት.ና.ፍ.ቀ.ኛ.ለ.ህ!
ናፍቆት ሲበረታ ይዝላል ጉልበቴ፣
ተራምዶ ይገባል ፤ እግር አውጥቶ ቤቴ፣
ከቤት ያውለኛል ፤ ታጥፎብኝ አንጀቴ።
ትናፍቀኛለህ ፤ ብዙ ነው ልማዴ፣
እንደምን ላስታግሰው፣ እስቲ አጫውተኝ ውዴ።
ናፍቆት አሳመመኝ ፤ እስቲ ልይህ ላፍታ
ሀዘኔን... ናፍቆቴን... ጭንቀቴን..ሚገታ፣
ያንተ መኖር ብቻ....!
ሆኖ አገኘሁት ፤ የሚሰጠኝ ደስታ፣
ከዓለም ብልጭልጭ ፤ ከምድሩ ገፅታ።
ት.ና.ፍ.ቀ.ኛ.ለ.ህ!
ታ.ስ.ጨ.ን.ቀ.ኛ.ለ.ህ!
በረጋው ደሜ ውስጥ ፤ ማዕበል ታስነሳለህ፣
ከቃል በላይ ሆነህ ፤ ታ.ስ.ተ.ክ.ዘ.ኛ.ለ.ህ!
ሲነጋና ሲመሽ ፤ ት.. ና..ፍ..ቀ..ኛ..ለ..ህ!።

ግራ እና ቀኝ

በግራ እና በቀኝ እያሰብኩ ሁለቴ..፣
ተከፍሎ ለሁለት ፣ ውስጥ ዓለም ስሜቴ፣
መሰረተን አጥቶ ፣ ዛለ ሰጡነቱ።
የሁለቱ ማንነት ፣ የሀሳቤ ውህድነኝ ፣
ሰጠች ሲሉኝ ምነጥቅ ፣ ሄደች ሲሉኝ የምገኝ።
ግራዬ በሀሳብ ፣ ወስዶ እየመለሰኝ
በዓለም ውጣ ውረድ ፣ እያስ'ጎነበሰኝ
ለባል እንጀራዬ ፣ ከፋት አሳሰበኝ።
ቀኜ ያለድካም ....እያለ'ሳለሰ፣
እንዳይጠፋ ልቤ ፣ እንዳጎነበሰ፣
ለመልካሙ ሲጥር ፣ መንፈስ እያራሰ
የግራው ማንነት ፣ ደግሞ አደፈረሰ።
ሲታገሉ እነሱ ፣ ተመልካች ሆኜ ዳኛ፣
ነቅቼ ምጠብቅ ፣ መቼም የማልተኛ፣
አንድ ቀን እኑህኑህ ፣ አንድ ቀን ምቀኛ።
የግራው መንፈሴ ፣ ያፈርሳል ይንዳል፣
የቀኙ መንፈሴ ፣ ያጠራል ይገምዳል።
ደግሞ መለስ ብሎ ፣ አንዱ እየቃኘ፣
ለማቅናት ተጉዞ ፣ ሌላው ቤት ተገኘ።
ግራ የናደውን ፣ ከቦታው ሊመልስ፣
የፈሰሰ ውኃ ፣ ስለማይታፈስ፣
ያስተምረው ገባ ፣ የሚሆንን ለነፍስ።
ቃል እያጣቀሰ አስሩን ትእዛዛት ፣

ቀኝ ያስተምረዋል፣ ለግራው እንዳይስት።

ሊመልሰው ቀኜ ፣ ምክንያት ዘርዝሮ፣

ተይው ሲለኝ ግራው ፣ በነገር አዞሮ፣

ግራ እንደተጋባሁ ፣ በቀኝ ተደግፌ፣

ይኸው ዛሬም አለሁ ይህን ታሪክ ፅፌ።

አፍቃሪውን ልቤን ፣ ፀብ እያወረሰ፣

ተይው ሲል ይከርማል…

በክፉ ሀሳብ ውስጥ እየወሰወሰ።

ቀኜ ደግሞ ተራው ፣ ሰዓቱ ሲደርሰው፣

ግራ የናደውን ሊያቆም ይጣጣራል

ፍቅሬን ከሀሳቤ ፣ ደርሶ ሊመልሰው።

በእነሱ መሀከል ፣ ግራ እንደተጋባሁ፣

የሁለታቸው ውህድ ፣ መሀል የተገኘሁ፣

ሳፈርስ ስገነባ ፣ ሰው ሆኜ ቆሜያለሁ።

ያመነ ገዳይ ነው!

እምነቱን የጣለ ፣ እስከ ዓለም ዳርቻ
ያመነ ገዳይ ነው ፣ በእምነቱ ብቻ።
በከባድ ቃልኪዳን በእምነት ለወደደው፣
አስሮ፣ ገምዶ፣ቋጥሮ ነው የሚወስደው
የመውደዱን ልኬት ፣ ሲቋጠር ሲፈታ፣
እምነቱን ይሰጣል ከቃላት ጋጋታ።
ለህይወቱ ጉዞ ፣ አድርጎ አልጋ ባልጋ
አምኖ ይቀመጣል ፣ አንዳችም ሳይሰጋ።
ያመነ ገዳይ ነው ፣ ተኩሶ አይስትም፣
ከእጁ ላይ በረከት ፣ ፍቅር አይሰ'ስትም፣
እምነቱ ስንቅ ነው፣ ፍቅሩን ለሚጋራ፣
ተሸከሞ ሲሄድ፣ የዝያን ሰው አደራ።
ሞቱ ያን ጊዜ ነው፣ ለአደራ ተቀባይ
የትግሉ መንገድ፣ እንዳይሆን ቃል አባይ፣
ብርታት ጥንካሬ ፣ ጉልበት ይሆንና፣
ለተሰጠው ፍቅር ፣ ይቆማል ጥብቅና።

ማነው ባለ ጊዜ

ማነው ባለ ጊዜ ፣ ማነው ባለ ተራ

ትላንት የቆመውን፣ ተረካቢ አደራ?

ማነው ባለተራ? ተበደልኩኝ ብሎ

አውጥቶ ማይደፋ የበደል አተላ?

ያም ያንን ይወቅሳል.. ይሄም በዚያ ይነሳል

ታሪክ ይከልሳል ፣ ታሪክ ይመልሳል፣

ያጨሳል ይጨሳል ፣ ለደም ያነሳሳል፣

የሞተ ያስነሳል ፣ የሞተ ይወቅሳል።

የራሱን ሳይሰራ.....

በደም የፃፉትን ፣ ያኖሩት አደራ፣

ሲፈነቅል ያድራል ፣ የጀግኖችን ስራ፣

ሲወቅስ.. ሲያስወቅስ ፣

ምንም ሳይሰራ ቅርስ፣

ጊዜ ያለፈበት፣ ሲደርስ የእሱም ተራ፣

ይጠየቅበታል ፣ ባበላሸው ሥራ።

አዳም ዕፀበለስ ፣ ያንን ፍሬ በልቶ፣

በእባብን አመካኘ የራሱን ረስቶ.......

በባለ ተረኛው ፣ እየተመለሰ፣ እየተከለሰ፣

ሲጠቁሙ መኖር ፣ ሆኖ ተወረሰ፣

ከትውልድ ትውልድ ፣ እየተባባሰ።

ይኸው የእኔ ትውልድ፣

መገንባት ቢያቅተው አለ እያፈረሰ

በራሱ ሚዛን ላይ ፣ እየተመዘነ፣

እኔነኝ እያለ ፣ በትውልድ ዘመነ፣
ጊዜውን ሳያውቀው ፣ ዘመኑ መከነ።
የሱም ዘመን ባከኖ ፣ እንደ ዘበት ቀረ፣
እንደ ደነበረ ፣ ባለ ጊዜው ኖረ።
ለበቀሉ በቀል፣ ከፋት እየዘራ
በሰው የጠላውን፣ በደል እየሰራ
ያስተላልፈዋል ፣ አልቆ የሱ ተራ።
ይኖራል ይመራል ፣ አንድም ቀን ሳያደምጥ፣
ከከፍታው ወርዶ ፣ መሬት እስኪቀመጥ።

2018 ስያትል

ጡት

ውብ ድብቅ ፣ ሚስጥር ሆኖ፣
ከእይታ ሲገባ ፣ ተሸፍኖ፣
ከክንብንቡ ፣ ፈጦ ገኖ፣
ጎልቶ የሚታይ ተጀቡኖ።
አቤት ውበት ፣ ብለው ለጡቶቿ፣
በቃል በቅኔ ፣ ያዜሙለት መሰንበቻ፣
ተገትሮ ፣ እንደ ጥሩ ምሳሌ ፣ አፍንጫ፣
ለሴትነቷ ውዳሴ ነበር ፣ የውበትዋ መገለጫ።
መለያዋ፣ መጠርያ ፣ ማጌጫ፣
የአፍላነት እድሜ ፣ ዋንጫ፣
ብዙ ነበር ፣ ክብር እና ማዕረጉ፣
ዛሬ ወተት ሞልቶት ፣ እስኪቀየር ወጉ።
ወልዳ ሳመች እና ፣ ዕፍረት ፊት ተነሳ፣
በፍቅር ውዳሴ ፣ ያዘመን ተረሳ።
የትላንቷ አፍላ ፣ የልጅ እናት ትሆንና
ተዘንግቷት ጡት መሆኑ ፣ ሀፍረተ ገመና፣
ልጇን ፣ ፍቅርዋን ፣ እናትነቷን ፣ አስቀድማ፣
ማፈርዋን ትተው እና........
ቀና ብሎ ሲያያት ፣ በአይኖቹ ጥቅሻ፣
ትቆርስለታለች ፣ ከፍቅሯ ላይ ጉርሻ።

አላምንም

አንድ ቀን አይተኸኝ ፤ ብትል ስልም እልም፣
ምች መታህ እንጂ ፤ ፍቅር ያዘህ አልልም።

13/11/1994 ዓ.ም መገናኛ

በቃል አትፈትነኝ

አለሜ........

ባንተ የተወለደው ፣ በእኔም ተፀንሷል፣

የውስጤን ልነግርህ ፣ ውስጤ ተተራምሷል።

ያንተን ሰምቻለሁ ፣ የእኔን ፈርቻለሁ።

እናም የእኔ ጌታ ፣ በቃል አትፈትነኝ፣

እሽታው ቢከብደኝ.....!

አላምደህ ፣ አላምደህ አላምደህ ውሰደኝ።

ሐምሌ 11 1994 ዓ.ም

አጨብጫቢ

አንዳንዶች.........

ያጨበጭባሉ ቋንቋው ሳይገባቸው፣

አንዱ ሲያጨበጭብ ፣ እፍረት ተሰምቶአቸው።

የጭብጨባው ጩኸት ፣ ውስጥን እያወከ፣

ነገሩን ጠንቅቆ ፣ ልቦና እያወቀ፣

ደልድሎ ለመኖር ፣ ሆድን በህል ሞልቶ፣

ሰብአዊነትን ጥሶ ፣ ስብዕናን ጎድቶ፣

የመኖር ትርጉሙ ፣ ስለማይገባቸው፣

ውስጣቸው ሳያምን ፣ ይጮህል እጃቸው።

3/27 2006 ዓ.ም

ጉቦኛ

ስብዕናው የነተበ ፣ ለሆድ አዳሪ፣
እውነት እና እምነቱን ፣ ለፍላጎቱ ቀባሪ፣
ሲጓዝ የሚኖር ሟች እና ገዳይን አዝሎ ፣
የሚመለከት ህግን አቅልሎ..።
ልቦናው ሲያውቅ ፣ ሲረዳው እውነቱን
ተበዳይን አሳልፎ ፣ ለጠላቱ
ዳኝነትን የሚያዛባ፣ ከችሎቱ፣
ጉቦኛ ነው በሌላ ፣ ስያሜው ቀማኛ፣
ግለኛ.....ለራስ ሲፈርድ፣ የተሰየመ ዳኛ፣
ወገንተኛ ፣ ለሆድ እንጂ ፣ ለፍቅር የማይተኛ።
እንዳይታመን የሰው ስብዕና ገድሎ፣ በጉድለቱ ተልትሎ፣
እንዳይሾምበት አስመስሎ ፣ በሰውነት ስለት ተስሎ፣
የሚነጉድ ነው የሰው ዕንባ እንደ ጅረት አስከትሎ።
እምነቱን አጉድሎ....።

2017 ስያትል

ቁም ነገር ይኑራት

ቀልቤን እንድትገዛኝ፣ ደግሞ እንድታግዘኝ፣
በሀሳብ ደግፊህ ፣ እንድታጓጉዘኝ፣
ከእንጥል እርግብግቢት ፣ጉሮሮህ ሲፋተግ፣
በምታወጣት ቃል ፣ ደስታህን ከፈለክ፣
ድድህን አርግበህ፣ ከናፍርህን ከፍተህ፣
የምታሰማው ድምፅ ፣ ከራስህ ተሟግተህ ፣
ለነገው ህይወትህ፣ እንድትሆንህ መብራት፣
ኢምንትዋ ትንፋሽህ ፣ ቁምነገር ይኑራት።
3/8/1995 ዓ.ም

ጉርሻ

በማጉረስ ውስጥ ፍቅር፣ ካንዱ ወዳንዱ ያልፋል
በደመቀ ቀለም ፣ በመንፈስ ይፃፋል፣
መስ'ጠት ነው ማጉረስ ፣ ከራስ አልፎ መድረስ
ከማስታገስ በላይ ፣ የተራበችን ነፍስ።
የፍቅር ማጀብያ ፣ መንፈስ ማስታገሻ፣
ለሌላው ማጋራት ፣ አልፎ ከራስ ድርሻ፣
አይጠቀለልም ፣ ለማይወዱት ጉርሻ።
ቢጠቀልል እንኳን ፣ ለይሉኝታ ሞቶ፣
ላጉርስሽ ላጉርስህ ፣ ይከብዳል አፍ ሞልቶ፣
ይተናነቀዋል ፣ ካንገቱ ላይ ወጥቶ…።
ጉርሻ ድርሻ አለው፣ ለነፍስም ለስጋ፣
ሳይሰስት ለማጉረስ ፣ አልፎ ለተጠጋ።
ረሀብ ማስታገስ ፣ ብቻ አይደለም ጥቅሙ
ፍቅር ነው መልዕክቱ ፣ የጉርሻ ትርጉሙ፣
አጉራሽ ብዙ ትርጉም ፣ ለፍቅር ይሰጣል፣
ለስጋና ለነፍስ ፣ በረከት ያመጣል።

ያበደ ታድሎ

ህይወትን የሚያያት ፣ ከሚዛን አቅልሎ
ሲፈልግ ሊገልፃት ፣ ፍቅሩን አቀጣጥሎ
ሲፈልግ ሊከዳት ፣ የጠላውን ገድሎ።

አረ...ወይድ... ብሎ ጥላቻውን ገልፆ
ሲያቀርብ አይጨነቅ ፣ ሀሳቡን ቀራርፆ

የለየለት ተጓዥ ፣ አንድ ፊቱን ያበደ
እብድ በሚል ስያሜ ከሰብ የወረደ

ግን....... ግን .... ከሁሉ የላቀ!
ከሀሳብ የማይላተም ነገር እ.ያ.ረ.ቀ.ቀ።

በነፃነት ሚገልፅ ፣ ሀሳቡን አድርሶ
ቀይሶ ቀላልሶ ፣ አይሰማው መላልሶ
እንደ ድህ ለቅሶ.......!
ያበደ ታድሎ ፣ እብድ ነው ተብሎ፣
ማንም አያቄምም ፣ በሱ ላይ ቂም ቋጥሮ።
የመናገር መብቱ ይከበርለታል...፣
የትም ይሁን የትም.....
ቢያፈርስ.. ቢገነባ.. ወስዶ ቢያላትም!

ቢወድ ይዘምራል ፣ የፍቅርን ዝማሬ
ቢጠላም አይሰጋም ፣ ይናገራል ዛሬ!

ለሱ ነገ የለው ፣ አይቆጥብ አይስጋ
ጉዳዩም አይደለም ፣ ቢነጋ ባይነጋ።
ያበደ ታድሎ.... ፍርድ ይቀልለታል!
ተይዞ ነው!! ተውት...
ተውት..ብሎ ከሳሽ ያዝንለታል፣
ልቀቁት ባካችሁ ፣ እብዶ ነው ይሉታል።

እሰይ ተወለደ

አብ ላከው ወረደ፤ መድህን ወደ ዓለም
ከድንግል የወጣ፤ ከሱ በቀር የለም።
        ክርስቶስ በምድር ለመከራው ደርሶ፤
በምድር ሲባክን አዳም ፍሬ ቀምሶ፤
ሊያድነው ወረደ፤ የሰው ስጋ ለብሶ።
        የሰማይ የምድር፤ የፍጥረቱ ጌታ...፤
በወርቅ ሰገነት፤ በመወለድ ፋንታ
በከብቶች በረት ውስጥ፤ ማህፀንዋን ፈታ።
ወርቅ እጣን ከርቤውን፤ ይዘው አመጡለት፤
ሰባ ሰገድ በምድር፤ ወድቀው ሰገዱለት።
እረኞች ገስግሰው ፤ በጌታ ፊት ቆሙ፤
እሰይ ተወለደ.....
ክርስቶስ ለአለም፤ ብለው እያዜሙ።
        ደስ ይበልሽ ምድር፤ ደስ ይበልሽ ዓለም
        በቸርነት ጌታ፤ አየሽ ለዘለዓለም።
እሰይ ተወለድ፤ እኛን የወደደ
ትህትናን ለብሶ፤ ሊያድነን ወረደ
እሰይ ደስ ይበለን፤ ጌታ ተወለደ።

እኔ ና አንተ

አቤት ስንዋደድ.. አቤት ስንጣላ
አቤት ስንሳሳም... አቤት ስን'ባላ
የእኔ እና የአንተ ፍቅር፣ የእኔ እና የአንተ ተድላ።
ስንፋቀር....አበቦች ይፈካሉ፣
በዙርያችን ደምቀው ይታያሉ!
ወፎች ይዘምራሉ ፣ ፍቅር.. ፍቅር እያሉ።
ስንጣላ... ቅጠሎች ይረግፋሉ፣
ወፎቹም ከምሽጋቸው ይገባሉ፣
የሰላም ያለህ...የፍቅር ያለህ እያሉ።
ጠባችን እግዚኦ.. እግዚኦ ያስብላል፣
ፍቅራችን... የሲኒማ ቤት ፣ ትእይንት ይመስላል፣
ስንዋደድ የራሳችን ፣ ዓለም ይኖረናል፣
ስንጣላ ዓለሙ.. ፍፁም ይቀየራል።
እኔ እና አንተ....
አብረን ስንቆም ፣ በፍቅራችን፣
መርፌ አይሾልከም፣ መሀላችን!!
እኔ እና አንተ....ሆድ ሲብሰን..
እንደ ውቅያኖስ ፣ይሰፋል ክፍተታችን!!
ዓለም ይተላለፋል ፣ በመሃከላችን።
እኔ እና አንተ... ለካ
በጠብ እና ፣ ፍቅርአችን ታጅበን፣
ዓመታትን ፣ ስናስቆጥር..

ለካ..... ይሄን ያህል ዘመን፣ የኖርነው፣

ከጠባችን ፍቅራችን ፤ መዝኖ ነው!

ስያትል

ገዳይ እና ሟች!

አብሮ አደግ ፣ ወንድም እህቱን ገድሎ፣
በክፋት በማን አለብኝነት ፣ ነፍሱን ጥሎ
ስም ተሰጠው ፣ ገዳይ ተብሎ።
ሟች ተብሎ ገዳይ ፣ ላይለያይ ቃሉ
ሟች ቀድሞ መሞቱ ፣ ገዳይ መከተሉ
የማይቀር እውነት ነው ፣ ቅደም ተከተሉ።
ገዳይ ሞቱን ቢያስብ ፣ በእያንዳንዱ ሰዓት፣
ይጠፋበት ነበር ፣ ከህሊናው ክፋት።
ይመጥነው ነበር ፣በዓለም መደሰቱ ፣
በምድር ላይ ቢኖር ፣ ዘላለም ህይወቱ።
ነገር ግን እውነቱ.....
ጊዜውን ጠብቆ ፣ ገዳይም መሞቱ!

መልስ አለው ፈጣሪ

የተረሳ ቢመስለን ፣ መልስ አልባ ሆኖ ጥያቄአችን፣
ባይገባን ትርጉሙ ፣ ሰው ሆኖ መኖራችን፣
ስንጠይቅ… ስንጠይቅ፣ ተጨንቃ ነፍሳችን፣
ተስፋችን ተሟጦ፣ እረግቶ ደማችን።
በመዘግየቱ ስንወቅሰው፣ እኛ ከሱ በልጠን፣
የትነህ? ብለን ስንጮህ ፣ ወደላይ አንጋጠን፣
ቀን አሳልፎብን ፣ ዝም ያለን ፈጣሪ፣
መጠበቅ አቅቶን ፣ እኛ የሱን ጥሪ።
በላከንለት መልዕክት ፣መልሱን አስቀምጠን፣
ልንጠፋ ስንጥር ፣ እንደ ስኳር ቀልጠን፣
ሲሰራ ነው ለካ ፣ ከዕዳ ሊያስመልጠን።
መልስ አለው ፈጣሪ ፣ ከእኛ ሀሳብ የላቀ፣
ዛሬን ሊያሻግረን፣ በጥበብ የረቀቀ።
ስንጠብቅ ስንጠብቅ ዝም ያለን ፈጣሪያችን
ለካስ… የእኛ ሀሳብ ፣ ሆኖ ነው መጥፍያችን!

ክርስትና አነሳች

የልቧ ስብራት ፣ የልጅነት ፍቅሯ
ያልነገረችው እውነት ፣ ለራስዋ እንኳን ደፍራ
ዛሬም እንደ እንደጥንቱ ፣ መውደዱ የኖረ
በልቧ ማህደር ፣ ውስጥ እንደተከበረ።
ያልገባት ሚስጥሩ ፣ ለምን እንደ ሄደ
በምን አውሎ ንፋስ ፣ እንደ ተወሰደ
ፍቅሩን ተሸክማው ፣ ስር እንደሰደደ፣
ያጣችው በድንገት.........፣
ሌላ ሚስት አግብቶ ፣ ይኸው ልጅ ወለደ።
እሰይ.. እሰይ ብላ፣ ልቧ እንዲቆርጥለት፣
ለራስዋ ደጋግማ ፣ ነገረች በጩኸት..
እንዲሰማት ብላ ፣ ውስጥዋን ጮኸችበት፣
ልቧን ቁረጥ አለች፣
አንድ አዳም ለአንድ ነው
ፍቃዷን ጠየቃት...........
ለወለደው ልጁ ፣ እናት እንድሆነው።
ያለውን ሳትሰማ ፣ ከምትርቅ ከፊቱ
ለልጁ ለመሆን ክርስትና እናቱ
እሺ ብላ ሳመች፣ የፍቅር እንግልቱ።
እናም...........
ታማ.. ታማ.. ታማ ፣ ታክማ ተነሳች
አጠገቡ ልትኖር ፣ልጁን ልጄ ብላ
ክርስትና አነሳች........።

መልስልኝ ዓይኔን

ብ.ር.ሀ.ን.ን የለገሰ… የፍቅር ምርኮኛ
በዓለም ለሚወዱት፣ ከዚህ የከበረ፣
ስጦታ እንዳለ ፣ እስቲ እናቁም ዳኛ።
　የማኖርህ መስሎኝ ! ደስታህን ሞልቼ፣
　ብርሀኔን ሰጠሁ! ከእራሴ አንስቼ።
አለመርካት ሆኖ ፣ የሰው ልጅ ፍጥረቱ
አይቀር መባዘኑ……
በምኞት ዓለም ውስጥ ፣ ገብቶ መዋተትቱ።
　ሳያይ የወደድከኝ ፣ እንዲያየኝ ዓጉቼ
　ሌላ ዓለም ፈጠርኩኝ ፣ ባለኝ መርጋት ትቼ፣
ብለህ ብትጠይቀኝ ፣ ብርኃን ምንድ ነው?
በምን ይገለጣል……?
ጨለምስ ምንድ ነው… በምን ይገለጣል?
　አንድ አይኔን ሰጠሁ ፣ ከእኔ ላይ አጉድዬ
　ከዚህ በ..በ..ለ..ጠ ፣ ፍቅር አይፀናም ብዬ።
እልሜ ዕውን ሆነ ፣ ደስታዬ ቅጥ አጣ
ምርኩዝህን ጥለህ ፣ ወደ እኔ ስትመጣ
　　የመምሸት የመንጋት፣ብታየው ውበቱን
　　የፀሀይ… የጨረቃ ፣ የብርሀን ልዩነቱን
　　ላሳይህ ነበረ…. ፣ የፍቅሬ ጥልቀቱን።
ዓይንህ ብርሀን ሲያይ፣ ሲገለጥ ዓለሙ
ፀሀይም.. ጨረቃም ፣ በእኔ ላይ ጨለሙ።

ልብህ ሸፈተብኝ ፣ ሌላ ጓዳ ገባ

ቅስሜ ተሰበረ ፣ ሆዴም እጅግ ባባ።

ላካስ....

ፍፁም ነበር ፣ የቆምንበት ምድር

በበቂ አርኪ ነበር፣ የቀረስ ነው ፍቅር።

ምን ያደርጋል ታድያ.....

ብዙ ተመኝተን ፣ የእጃችን ተበተነ

መሰብሰቡ... በከረምቱ ፣ህልም ሆነ።

ያንተ ዓይኖች.....ሳያዩ

በእኔ አይን ተመርተህ....

ከጎን ከእቅፌ ፣ ከእጆቼ ስር ገብተህ።

ያሳለፍ ነው ጊዜ ፣ የወጣ ነው ዳገት

ታሪክ ሆኖ ቢቀር ፣ ሆኖብኛል ፀፀት

አንተም ሌላ ወደድክ ፣ዓይኔን አይተህበት።

ሳታይ ወዳኝ ነፍስህ፣ ስታይ የከዳችኝ

ወትሮም አልነበረም፣ ፍቅር የሰጠችኝ

ቢሆን እንኳን መልሱ ፣ ሌላ ልታይበት

እንኳን ዓይኔን ወስደህ ፣ አንተ ወሰንክበት

አሁን...በፈጠረህ..

አሁን....በፈጠረህ.

ዓይኔን መልስልኝ.. እንደዛ ካልሆነ

አይቆርጥም አንጀቴ....

ደሙ እየተጣራ ፣ ወዳንተ ይስበኛል

ሳስበው ጉድለቴን.....።

ላንተም ይጠቅምሀል......

የልቤን እውነቱን ፤ እንድትረዳበት
በጉድለትህ ዓለም ፤ እስዋን ፈትንበት፤
መልስልኝ ዓይኔን፤ ሌላ ዓለም ልይበት።

2021 ስያትል

ሀበሻ ጀግና ነው!

አበሻማ ጀግና ነው፣ ከ..ጀ..ግ..ና..ም አንበሳ!

ጦር ላዘመተ ጠላት፣ ስለት ስሎ የሚነሳ።

የተራበ አንጀቱን አጥፎ

የማይደራደር የአገር ጉዳይ ሲወሳ.......።

የቴዎድሮስ ታሪክ ቢነገር

ስለ በላይ ፣ ዘለቀ ቢዘከር

አፄ ሚኒሊክ ቢወሱ

እቴጌ ጣይቱ ቢነሱ

እኮ ምን ሆነና....!

የደማቸው ውህድ የእነሱ

አበሾች ናቸው፣ አይደል መልሱ?

****

ግን ደግሞ እንዳትረሱ

እጅ አይሰጥ

ህይወት ስትጥልበት

ጣር እና አበሳ።

ደረቱን ነፍቶ ፣በጠላት ፊት

የሚመስል፣ የሚያገሳ

ፊት ስትነሳው፣

ኑሮን ቀድሞ ፊት የነሳ

የኖረበት የተቀበረበት

እትብቱን የማይረሳ

ሆዱ በርሀብ ተላውሶ

በብድር ሰርግ አገር
የ.ሚ.ያ.ስ.ገ.ሳ.....።
ቀን በሰው ፊት፤
ሚስቱን ፊት እየነሳ....
ማታ እጁን ጣል፤ ማረግ የማይረሳ
ግራ ከገባችሁ ፤ እሱ ነው ሀበሻ።
2021 ስያትል

ይቅርታ አልጠይቅም?

ከቶ ምን ሆነና ፣ እኔን ካንተ ያራቀኝ

ይቅርታ አልጠይቅም ብትለኝ ደነቀኝ!

እያየሁት ባይኔ ፣ የኖርከውን እውነት

መልከትህ ይመስላል ፣ ሲረሱህ አስታውሸኝ

የሚመስል አይነት.....።

ይቅርታ አልጠይቅም ፣ ብሎ ማለት ቃሉ?

ሺ ወድቆ መነሳት ፣ ሆኖ ሳለ ትግሉ

እንዴት ያለ ነገር ፣ በምን የሚፈታ

የሰው ፍፁም ዓለም ከወዴት አግኝታ?

ስህተት እንኳዋን ባይኖር ፣ የከፋው ሰው ካለ

ይቅርታ ብትጠይቅ ፣ ኧረ እንደው ምን አለ?

በቁስል ላይ ቁስል ፣ ሌላ መርዝ መድፋት።

ላይቀር ዛሬን ካለፍክ ፣ንስህ መግባቱ

በጊዜ ሂደት ውስጥ ፣ ሲገባህ እውነቱ።

ልንገርህ አይደለ?

በድዬህም ይሁን ፣ አንተ በድለኸኝ፣

ይቅርታ ብትጠይቅ ፣ ነበር የምትገለኝ።

ወዳንተ ስመጣ

ጠብቄ... ጠብቄ ፣ ወዳንተ ስመጣ፣
ከመዳረሻው ላይ ፣ዳገቱን ስወጣ፣
ልይዝ... ላቅፍህ ስል ፣ ልቤ አቅም አጣ።
ልደርስ አጠገብህ ፣ ውስጤ እያወቀ ፣
ልቤ ለምን ፈራ ፣ ለምን ተጨነቀ?
በናፍቆትህ ብዛት ፣ ብርቱ ልቤ ሳስቶ
የህይወትን እውነት ፣ መ.ለ.የ.ት.ን ጠልቶ
ከእኔ አንተን ነጥቆ ፣ ትጥቄን አሶልቆ
በመጠበቅ ብዛት ፣ ሰውነቴ አልቆ።
እየመጣሁ ሳለ ፣ ወዳንተ ገስግሼ
ለምን አለቀስኩኝ........?
ለምን አደፈረስኩ ደስታዬን መልሼ?
የምስጋናዬን ቀን ፣ በሀዘን ለውሼ?
ወዳንተ ስመጣ፣ ለምን ዕንባ ወጣኝ
ደስታ ወይስ ሀዘን ፣ ልቤን የሚቀጣኝ?
እንዴት እሆን ይሆን? አንተስ እንዴት ትሆን?
ስደርስ አጠገብህ ፣ ስንገናኝ አሁን
ፍርሐት ፍርሐት ያለኝ ፣ ልትረሳኝ ይሆን?
ያ ለእኔ ሞት ነው.......!
አይኖችህ በስስት ፣ ፍቅርህን ካልገለጡ
እግሮችህ ሮጠው ፣ ወደኔ ካልመጡ፣
ያ ነው መላ ማጣት ፣ የእናትነት ቅጡ።

አንደበት የለህም ፣ እናቴ ልትለኝ
አደራ የእኔ አባት
ስደርስ አጠገብህ
እነኛ ዓይኖችህን እንዳትከልለኝ።
እመረምራለሁ ፣ የልብህን መዝገብ
እንዳትረሳኝ ባክህ
የመድከም የመዛል ፣ የሰው ፊት ማየቱ
ውጤቱ ከሆነ አንተ ፣ እኔን መርሳቱ
አልድረስ ይቅርብኝ ፣ ይሻላል ናፍቆቱ።
በመጨረሻው ቀን ሲቀረኝ ደቂቃ
ልትበር ደረሰች ፣ ነፍሴ ተመንጭቃ
ልጄ አለኝታዬ ፣ መምጣትህን አውቃ
ና ልየው አይንህን ድረስ አጠገቤ
ስትደርስ ታየኛለህ ፣ በሀዘን ተከብቤ
አይኖቼ ረስርሰው ፣ ልብሶቼ በስብሰው
በአይን ይፈልጉሀል ፣ በናፍቆት ተላውሰው።

2020 ስያትል

ልሂድ ወይስ ልቅር?

ልጄ ታሚአል ብላት ፣ ጆሮ የነሳችኝ
ዛሬ ለእስክስታ ፣ ለሰርግዋ ጠራችኝ።
የትላንትን ባልፈው ፣ ባትችል ነው ብዬ
ዛሬ ብትፈልገኝ ፣ በተቀመጥኩ ችዬ፣
ባልጠፋ ታዳሚ ፣ ለሰርግዋ የሚሞት
የተወን ቀስቅሶ ፣ ንገሩኝ ለማለት፣
ስንት እያለ በአገር ፣ መጨፈር የሚወድ
ለምን ፈለገችኝ........
ትከሻዬ ችሎ ፣ እስክስታዋን ላይወርድ?

2018 ስያትል

እንግዳዬ

እንግዳዬ ፣ ነው እንግዳ
ዘሎ የገባ.... ከጓዳ።
የማላውቀው ባዕድ ፣ ግራ የገባ፣
መለያ የሌለው ፣ ያልደረበ ካባ።
ከፈረንጅ....ወይስ ካበሻ?
ከሜዳ ይሁን ፣ ወጥቶ ከዋሻ።
አልጨብጥ አልደርሰው ፣ የንፋስ ሽውታ
የማላጣጥመው....የማላውቀው በሽታ።
ያለየሁት ማንነቱን አበጥሬ፣
ያልጠበኩት ቀን ቆጥሬ።
አረ... እናንተው ፣ የምን ጉድ ነው?
መነሻውስ ከወዴት ነው?
ግራ ገባት ፣ ተጨነቀች ነፍሴ፣
ከእግር ጥፍር ፣ እስከ እራሴ።
እንደ አገሬው ፣ ልምዳችን
በቀጠሮው ከማለዳው ተባብለን፣
እንገናኝ ነበር ፣ ቀን ጥለን።
የእድሌ ሆነና እንግዳዬ፣
ሳይፀዳ ሳይሰናዳ ጓዳዬ፣
ወጣ ገመናዬ.....።
አላርቀው... የእኔ እንግዳ፣
አላቀርበው.... የፍቅር ዕዳ፣
በሁለት አካል ፣ ካልተቀዳ።

እስቲ ነይ ላማክርሽ፥ ገብተን ወደ ጓዳ
ላስቸግርሽ እማ ፤ ጣይልኝ ፍሪዳ
ልቤን ለመሻመት ፤ ለመጣው እንግዳ።
28/10/1992 ዓ.ም

የጭንቀት ዘመን!

ጭንቀቷ በርትቶ ፤ ዓይንዋ በዕንባ ራሰ፣
ሀዘንዋ ቢያባባኝ ፤ ውስጤ ተላወሰ፣
የእኔም ዕንባ ወርዶ ፤ ከዓይኔ ፈሰሰ።
ስቃዮ በርትቷል…!! ዛሬስ የዚች ዓለም
ምን ሆነች እንዳልል ፤ የማትሆነው የለም።
ብዬ አሰብኩ እና…
ዕንባዋን ላብሰው ፤ በእጆቼ ዳብሼ፣
ከአጠገቧ ቆሜ ፤ ተውኩት ተመልሼ።
የውስጥ ግሳንግሷ ፤ ዕንባዋ ይጥረገው፣
ታርግፈው ታዝንበው ፤ ይውጣላት ግድ የለም
የጭንቀት ዘመን ነው ፤ ታልቅስ ለዚች ዓለም።
በዕንባ ምህረት አለ ፤ በዕንባ ምህረት አለ
አቤት …. አቤት ላለ፣ ታዝንበው ምን አለ?
እንደዚያ አሰብኩ እና……ቀርቤ ላፅናናት
ሀሳቤን ቀየርኩኝ ፤ ታልቅስ ብዬ ተውኩዋት
ሀዘን እንዳይጎዳት…..
በዕንባዋ ትጠበው ፤ እንዲሰጣት ዕረፍት
እንደውም ፈራሁኝ ፤ ዕንባ እንዳያልቅባት።
የሚታይ ሚሰማው ፤ ፈተናው በርክቶ
ሰው መጥፊያውን ፤ ሲሻ ማደሪያውን ትቶ
ምድር ሲጥለቀለቅ ፤ በዕንባ ጎርፍ ሞልቶ።
ዓለም ተመልከታ ፤ ስደት ረሀቡን
ጦርነት ፍጅቱን ፤ የምድር ላይ ጠቡን

የእናት ፈተናዋን ፣ ወላድ መካን ስትሆን
ወንድም በወንድሙ ፣ ጠላት ላንዱ ሲሆን
ሀዘኗን መወጫ ፣ ምሬቷ ቢከብደኝ
ለጭንቀቷ ዘመን ፣ መፅናኛ ባታገኝ
ለነገ ዕንባዋ ፣ እንዳያልቅ ጨነቀኝ..።

2013 ስያትል

ስርዝ ድልዝ

ሰው ማሰብ ሲያቆም.........

ማውራት ቢያቅተው : ሁለቴ ከራሱ

ብዙ ስህተት ፣ ሰራ የማይከለሱ

የማይመለሱ......።

ማወቅ ቢያታክተው ፣ እውነትን ፈልጎ

ያየ የሰማውን ፣ እንዳሻው አድርጎ፣

በማን አለብኝነት ፣ ትውልድ አበላሸ ፣

ሊታረም የማይችል ፣ ውሸት እየዋሸ፣

ታሪክ ገለባብጦ ፣ ታሪክ አጠለሸ።

ያገኘውን ሀሳብ ፣ ወስዶ እያላጋ፣

በሚሰራው ስህተት ፣ ስንቱ አለፈ ሊጋ?

ዘግይቶ ሲገባው.........!

ጨልሞ እንደ ቀረ ! ሌቱ እንዳልነጋ

ያገላብጥ ጀመር ፣ ስህተቱን ፍለጋ።

ይህ አደለም.... ያነው፣

ካሳቡ ሲሟገት ፣ ሲሰርዝ ሲደልዝ፣

ስህተቱን ለማረም ፣ ሲፈትግ ሲያበልዝ፣

በህይወት ስሌት ውስጥ ፣ ሲሟገት ከራሱ፣

በ.ይ.ሆ.ን አይሆንም ፣ ስትጨነቅ ነፍሱ፣

በዝቶ ስርዝ ድልዝ ፣ የተሞነጨረ፣

ያለስራው ገብቶት ፣ በሰው የተጫረ፣

ፅፎ እየደለዘ ፣ ሲሰርዝ የኖረ።

ያለ ሀሳብ የተወው ፣ በዛ እና ጭረቱ

መመለስ ቢያቅተው ፤ ጨመረ ጭንቀቱ፤
ስርዝ ድልዝ በዛ ፤ ሰው ማሰብ አቁሞ
መከወን አቅቶት ፤ ነገርን አስታሞ።
2021 ስያትል

ከእድሜ ጋር ግብግብ!

ሲከዳው ገስግሶ፣ ድንገት ሲነጉድበት፣
ተመኘ...... ከእርጅናው
ሊያቆይ ፣ ወጣትነት።

ይቻል መስሎት.......!
ለእግዜር ተማፅኖ ፣ ሊፈጥረው መልሶ፣
መጨመሩን ትቶ ፣ከእድሜዬው ላይ ቀንሶ።
ሞት እየታሰበው ፣ በልደቱ ሆታ
መቀበል አቃተው የእድሜውን ከፍታ
ከእርጅና ጋር ታግሎ ፣ ከእድሜ ቁልላት
ወገቡ ታጥፎበት ፣ ከሚኖረው ህይወት፣
ጨምርልኝ ብሎ ፣ ጌታን ተማፅኖ
መልሰህ አኑረኝ ፣ በወጣት ዘመኔ፣
ተዋረዱን ትተህ ፣ ቀይርልኝ ለእኔ።

ግብግብ ገጠመ .....
ሽበቱን በቀለም ፣ በጥቁር አበሰ፣
እድሜን ባደባባይ ፣ ቆሞ ተቧቀሰ።
ታድያ ግራ የተጋባው ፣ ሆዱን ሆድ የባሰው
ሽብሽቡን ቆዳውን ፣ በምን ይተኩሰው?

ወፎቹን ባረገኝ

ከማማው ወጥቼ ፣ ከቤትህ ከፍታ
ነፍሴ በፍለጋህ ፣ እንዳትንገላታ።
በምድር ሲያስሱኝ ፣ በሰማይ የምገኝ
የልቤን እሳቤ ፣ በዜማ የምቀኝ።
ወፎቹን ባረገኝ..........!
የዋልክበት ውዬ ፣ ያደርክበት ልገኝ
ጎጆ እንደ ሚሰሩት ፣እንደ ሚቀልሱት
ባስታግስ ርሀቤን ፣ የፍቅርህን ጥማት፣
ከቤትህ አናት ላይ ፣ ሰርቼ ሰገነት።
ጨለማህን ምገፍ ፣ ንጋትን አብሳሪ ፣
ስርቅርቅ አዝማሪህ፣ ፍቅር አቀናባሪ
ወፎቹን ባረገኝ.........!
ሲነጋ ሚያነቃ ፣ አቀንቅኖ አዳሪ
ቀና ብለህ ባይንህ የምትፈልገኝ
አጠገብህ ምገኝ ፣ ወፎቹን ባረገኝ።
መንገዴን እንዳልስት ፣ እንዳልንገላታ
እንዳልደናበር ፣ በምድሩ ሁካታ
ላስታግስ ራቤን ፣ ካለህበት ቦታ፣
ስፈልግ ላገኝህ ፣ ወጥቼ ከፍታ።
ወፎቹን ባረገኝ
ነፍሴ እንድትታጠን ፣ በፍቅርህ እፍታ
ጠፍተህ ካጠገቤ ፣ ከምታስጨንቀኝ

ሀሳብ ከሚጥለኝ ፣ ከማስብ ግራ ቀኝ።
ወፎቹን ባረገኝ… ክንፍ የማወጣ፣
ሁሌ ስፈልግህ ፣ በርሬ እንድመጣ።

ትዳርን ፈታሁት

እስቲ ልይ ሙያሽን ፣ ጎንበስ ቀና ብለሽ ፣
አንሽው ማሰሮሽን...
ትዳር አይገኝም ፣ ሙያ ከሌለሽ።
ጠጅ መጣል ልመጅ ፣ ጠላውን ጥመቂ
ቤቱን አረጋግፊ ፣ አቧራ ጥረጊ..።
ሲነገር ሰምቼ ፣ ፍቅርን ዘንግቼ
የትዳር ሰም ወርቁን ፣ ትርጉሙን አጥቼ፣
ትዳርን ፈታሁት ፣ ተብትቤ... ተብትቤ
አኖርኩት ከልቤ ከትቤ ከትቤ።
ሙያ ነው አለችኝ ፣ መንዝራ ተርትራ
በይ እኮ ወደ ስራ
ትዳር ሙያ መስሎኝ ፤ አልኩኝ ጎንበስ ቀና
ትዳርን ፈታሁት ፣ ወርቁን አዞርኩና
የትዳር ትርጉሙ ፣ ሙያ ነው አልኩና።
5/13/1993 ዓ.ም

የእናት ራብ....!

እራበኝ... እራበኝ.. እራበኝ.....ትላለች አገሬ፣
ጠፍቶ የሚያቀምሳት ፣ ከብዙ አንድ ፍሬ።
እኔን ቢያትተኝ ጣደላይ አያለሁ ጠፍቶብኝ አባተ፣
አመመኝ.. አመመኝ.. አመመኝ ፣ ስትለኝ እናቴ
ተ..ገ..ላ..በ..ጠ..ብ..ኝ ፣ ተንሰፍስፎ አንጀቴ።
የትነህ አምላክ ሆይ? አባቴ ሆይ የትነህ?
ራብ የማታውቀው ፣ እናቴን ሲርባት
ተራቡ ነው እንጂ ......
ተራብኩ አልነበረም ፣ እሷን የሚጨንቃት።
ልጅ ማጉረስን እንጂ
መጉረስ የማታውቀው እናቴን ከራባት
እስዋ ከተጣራች ፣ እርቦኛል ብላ
የጣር ዘመን ላይ ፣ ነው ትውልዱ በሞላ።
የእናት ራብ ማለት ፣ ለአገር ውድቀት ነው
የእናት ራብ ማለት ፣
የመጨረሻው ጣር ፣ የትውልድ ሞት ነው።

ሰው ሲበለት

ይቅርብኝ አልበላም ፤ ስጋ ይሁን እርሜ፤
ሰው ሲበለት አየሁ ፤ ይኸው በዘመኔ።።

ለምን በሉ?

ትውልዱ በሙሉ ፣ ይላል ግድብ.. ግድብ
ታርዶ የፈሰሰ የሰው ፣ ደም ሳይገድብ።
እየጎረፈ ደም ፣ ቦይ ቀዶ እየወጣ
ቆሞ ይጠብቃል ፣ ደጃፉ እስኪ መጣ።
አባይን ልቀቁት ፣ በደም አይበረዝ፣
እስቲ ለምን በሉ....?
አስቁሙ ደጃችሁ ፣ ሲታረድ የሰው ነፍስ።

2019 ስያትል

እሺ የማትልህ

ሳትወድህ አይደለም ፣ ሳትገባ ከሀሳቧ፣

ሳይነካም አይደል ፣ ሳይረበሽ ቀልቧ።

እሺ የማትልህ......

አትስማት በጭራሽ ፣ ይዟት ሴትነቷ፣

ስትሄድ ልታለቅስ ፣ ስትገባ ከቤቷ።

ለብቻዋ ሳለች ፣ በኃሳብ አንግሳ

ድንገት ስትከሰት ፣ ደንግጣ አጎንብሳ

እሺ የማትልህ.... ፍርሀት ብቻ ነው

መስሎ እየተሰማት ፣ የምትታይ ረከሳ

እሺ የማትልህ....

የምትላት መስሏት ፣ ይቺ ልማደኛ፣

ባህል ያሳደገው ፣ የውስጧ ምቀኛ።

እሺ የማትልህ ፣ ጠልታህም አይደለ

ወግሞ የያዛት ፣ አጉል ባህል አለ

እውነታው ከልቧ ፣ አንተን መውደዱ ነው

ስታገኝህ እንጂ ፣ ስሜቷ ሌላ ነው።

ፍቅርህን በአንቀልባ ፣ አንግታው ዘላለም

ዋሾ ያስመሰላት በአንደበቷ ላይ፣

አንዳንችም... አንዳንችም

ጥላቻ የአንተ የለም!!

ሲወዳት ፈራችው

ቢሆን እንኳን ፣ ለሰው ድህነት የደረሰ፣
ፍቅር ከክርስቶስ ፣ መውደድ የተወረሰ።
ቢገባትም...
መፈቀሯን ባታገኝም ፣ ተመኝታ
ይዛ መንገድ ያሰበችውን፣ ቃል አስገብታ።
ቢያይልባት እንኳን ፣ የፍቅር ምትሀቱ
ሲወዳት የፈራችው፣ ምን ይሆን ምክንያቱ።
ሳታገኘው ፣ መለየቱ እያስፈራት፣
ግን ደግሞ......
ሳታስበው ፣ ነፍሷ ወደ እሱ እየመራት።
ፍቅሯን ውጣ ፣ እየሰማች ያልሰማችው?
ለምን ይሆን ፣ መውደዱን የፈራችው?
ለምን ይሆን ፣ ሲወዳት የሸሸችው?
ይታያታል ፍቅር ፣ የእውነት ዓለም የማይመስል
በዓይኗ የሚዞር.....
እንደ ቀስተ ደመና ፣ የሚታያት ምስል
ዓለም የከለላት ፣ መጋረጃ ከፊቷ
ሲወዳት የፈራችው ፣ ያ.. ነው ምክንያቷ።

ይሉኝታ

በይሉኝታ ታስረን ፣ በጥቅም ተሰበን
ተያይተን ተናበን ፣ ሳንጨርስ ሰብስበን
ሊይዘኝ በሰበብ......ጥቅም አስቀድሞ፣
በአቋራጭ ቀድሞ..በሆዴ ኢጋድሞ!
እንብላ ይለኛል፣ መች ጠላሁ ብንበላ፣
ከእኛ አልፎ ለሌላ፣ በልተን ብናበላ።
እንጠጣ ይለኛል ፣ መች ጠላሁ ብንጠጣ፣
ካልከፈልን ዕዳ ፣ ካላመጣን ጣጣ
እኔ የፈራሁት ጉድ እንዳናመጣ
በልተን እንዳንጣ ፣ ጠጥተን እንዳንወጣ

2/8/1995 ዓ.ም

ታዝቦሀል ዓይኔ

ስጋ እንዳየ አንበሳ

ሳይህ ስታገሳ!!

ስ..ታ..ን..ከ..ራ..ት..ተ..ው

ከዚህም... ከዝያም... ነሳ!

ወይ ያንተ ዓይን መከራ፣

ወይ ያንተ ዓይን አበሳ።

ታዝቦሀል ዓይኔ!

የራስህን ይዘህ...

እያየሁህ በዓይኔ፣

ደግሞ እኔን ስትጠቅስ፣

ታዝቦሀል ዓይኔ!

9/4/1993 ዓ.ም

ምንድነኝ?

ይመስል........

ወንድ አይደከም ፣ወንድ አይበረታ፣

አቅም አጥሮኝ ስዝል ፣ ጉልበቴ ሲረታ

አዝነው ያዩኝና ፣ ይሉኛል ሴትናታ!

ደግሞ በንብርክኬ ፣ ፍቄ ተፏፍቄ፣

ተጣጥሬ ስቆም ከሰው አይን እርቄ

ወ.ን.ድ.ነ.ሽ! ይሉኛል ፣ ስጥር ስበረታ፣

ሴትነቴ ጠፍቶኝ ፣ ፆታዬ ተምታታ።

2019 ስያትል

አገር ስትቃጠል

ልክ እንደ ደመራ፣ እንደ ሚለኮሰው፣
የሚጠፋ መስሎት.......፣
ወዴት ሊገባ ነው? በአራቱም ማዕዘን
ልክ እንደ ችቦ፣ አገር የለኮሰው?
አገር ስትቃጠል ... መንደሩ ሲታመስ
ማሳው ሲንቦገቦግ ፣ ሰው ተይዞ በነፍስ
በአመዱ ቅይጥ፣ ወንዙ ሊደፍረስ
አዳጋች ይሆናል አንዱ ፣ ካንዱ መድረስ።
አላማው ምንድነው፣ እሳቱ ባይጠፋ
መርጦ ላይነድ ሰደድ ፣ ከአንዱ ለአንዱ እየጠፋ
ደጀ ሰላም የለ.. ሰው ከየት ወዴት..?
እንዴት ብሎ ይድረስ......?
አገር በእሳት ነድዶ ፣ እንዲህ ስትታመስ?
የትኛው ነው ምድር?... ችሎ ሚረገጠው፣
የቱ ነው መሰላል ፣ሰማይ የሚያወጣው?
ማን.. ከየት.. ወዴት? እንዴት ነው ሚሮጠው
የ.ነ.ደ.ደ.ን ምድር ፣ ማን ችሎ ይርገጠው..?
አገር ስትቃጠል... አዛውንት የት ቆሞ
እንደምን ይገዝት.....?
እንዴት ብሎ ያብርድ ፣የያዘውን ትዕቢት?
ህይወት በሌለበት አንዳች ፣ የሰው ልጅ ነፍስ፣
ምን ታሪክ ሊቀር ነው ፣ አመዱን ከማፈስ

ምን ጥቅም ሊኖረው ፤ወንዙን ከማደፍረስ

ወዴት ነው ሚኬደው……

አገር ነዶ አልቆ ፤ አመዱ ሲታፈስ..?

2019 ስያትል

ተዓምር አለ!!

በአገሬ ሰማይ ላይ የተዘረጋ

በዚህ ሁሉ... ሁከት ውስጥ

ቀን መሽቶ የሚያነጋ....።

ተዓምር አለ ፣ የሚያፈራርቅ ፣

ክረምትና በጋ........።

ችግር መከራ ፣ ቢሆን ዋይታ

የሚያኖራት ፣ እያበረታ።

ኃዘኗን እየቀረጠ ፣ አዲስ ፅንስ እየሰጠ

ተዓምር አለ...

አገሬን የሚያኖራት፣ ምጥዋን እያማጠ።

ውሸንፍሩ በዝትቶ ፣ ማዕበሉ አይሎ፣

መርከቡን የሚያፀና፣ ተዓምር እንጂ

ሌላ ምን ሆነና.....።

በኢትዮጵያ ሰማይ የተዘረጋ..

ጭንቀት እዚም ፣ እዝያም እያላጋ፣

ተዓምር አለ፣ ሌላ ሌሊት የሚያነጋ።

ደመናው ቀይ ለብሶ ፣ ደም እያካፋ፣

የሚነቃ ትውልድ ፣ አዝሎ ሌላ ተስፋ

በተበጣጠሰ ክር.. ዛሬን እና ፤ ነገን እየሰፋ።

ተዓምርማ አለ.. ለኢትዮጵያ

በኑሮ ውድነት ሲቆላ ፣በተአምር የሚያበላ።

ተዓምርማ አለ! ብዙ ነገር የታለፈ

ዛሬ አልነበርንም ፣ ባይኖር ተዓምር

ለኢትዮጵያ የተፃፈ......።

ሰጥቶ መንሳት

ደከሞኝ በፍለጋ..... አዳሜን ለማግኘት
ተስፋዬን ቆርጬ ፣ ሲሰለቸኝ ድንገት
ዓይነ ስውር አየሁ ፣ መንገድ የጠፋበት።
ሄድኩኝ ላሻግረው ፣ ልመራው ቀርቤ፣
መንገዱን ሳንጨርስ....
ወደድኩ አበድኩልሽ ፣ ብሎ አለኝ ከልቤ።
ማመንም መተውም፣ ሁለቱም ከበደኝ
ስለ ነበር ወቅቱ.......
በአዳም ፍለጋ ፣ ድካም ያሳበደኝ፣
በጎደለው ዓልም ፣ዓለሙን ለመሙላት
የማይወድ ሰው የለም ፣ብዬ ስላመንኩኝ፣
ማን.. ምን መሆኑን ለማወቅ ፈለኩኝ፣
አንድ አይኔን ፣ ለመስጠት ፣ በፍጥነት አቀድኩኝ።
ለእኔ ሙሉ ቢሆን ፣ ብወደው ከልቤ፣
ግን ማወቅ ፈለኩኝ፣ ሙሉ ዓለም አቅርቤ።
ዓይኖቼን ሰጠሁት ፣ በንቅለ ተከላ፣
ምን አልባት... ቢሰጠኝ ፣ እግዜር ካለው መላ።
ዓይኑ እንደበራ.....
በአንድ ጊዜ ነበር ፣ ሌላ የወደደው
ብዙም አልተደነኩም..
ማጣት እንደሆነ. ፣ እኔን ያስወደደው።
ማወቅ ስለማልችል ፣እድል ካልሰጠሁት
አውቄ ነበረ..... ብርሀን ያሳየሁት።

ከዝያም....

ሁለት አራዳዎች...! ምን ሊያጣላን ብዬ፤
እቅፍ አረኩና ፤ ዓይኑን ጠነቆልኩት
አሁን አይተሀታል ፤ እስዋ ትስጥህ አልኩት።
እንዳንተ አይነት ከንቱ..........!
ድሮም በዓለም ሞልቷል ፤ ብዬ አሰናበትኩ፤

ሞት እኔን አለፈኝ

ሞት አለፈኝ እኔን፣ ጊዜ ስጠኝ ለህይወቴ፣
ብዙ ጉድፍ አለ ፣ ያልፀዳ ከቤቴ፣
ለነፍሴ ክፋይዋ ፣ ለእናቴ ስስትዋ፣
ምርኩዝዋ ልሁናት ፣ ቋሚ አጥር ለቤትዋ።
አትጣኝ ለጊዜው ፣ ከደጅ ስትገባ፣
ሞት እኔን አለፈኝ ፣ እናቴም አታዕንባ።
አባቴም አይዘን ፣ አትንጠቀው ልጄን
አጎንብሼ እስከስም ፣ ያጎረሰኝ እጁን።
ሞት እኔን አለፈኝ........
ለልጆቼ እናት ከቶ ፣ አትንጠቃቸው፣
የሰው ዓይን ያለድሜ ፣ እንዳያ'ከስማቸው፣
ከእ.ቅ.ፊ አኑሬ ፣ ቦታ ላስይዛቸው።
ብዙ ጉዳይ አለኝ ፣ ያልተከናወነ፣
እዚም እዚያም ሆኖ ፣ ፍቅር የባከነ።
ጊዜ ስጠኝ ባክህ፣ አ.ዘ.ግ.ይ.ል.ኝ ቀኔን
ሳስበው ያመኛል ፣ ሳላየው መቅረቴን፣
ሳልይዝ ሳልጨብጠው.......!!
በፍለጋ ብቻ ፣ እያልኩኝ የት አለ?
ህልም አለኝ ፣ በሰማይ እርቆ የተንጋለለ
በልቤ ውስጥ እሳት ፣ እንዳቀጣጠለ፣
ባክህ ጊዜ ስጠኝ ፣ እንዳላጣው ሞቼ፣
እንዲህ እንደጓጓሁ፣ ሳላየው ቀርቼ፣
ሳልነካ... ሳልዳብስ.. ሳልይዘው በእጆቼ።

ፃድቅ አለኝ ቤቴ ፣ ቃል የማያወራ፣
የልቤ ትርታ፣ የህይወቴ አውራ
ከእግዜር የተሰጠኝ ፣ ትልቅ የቤት ስራ
ሰው የለም እንደኔ ፣
ለእሱ የሚከነዳ ፣ እንደ እኔ ሚራራ፣
እናም እ....ባ...ክ...ህ..ን!
እናም እ....ባ...ክ...ህ..ን!
ያለእኔ የማይከርም፣ ትንፋሽ አለ ጎኔ፣
ላሰነዳዳለት.... ሞት እለፈኝ ለእኔ።
በድጋፍ የቆመ ነፍስ ፣ አለ የሚመራ፣
ከቶ አይሆንልኝም ፣ ካልሰጠሁ አደራ።
ሀሳብ እዚም ፣ እዚያ እያወዘወዘኝ፣
ልመናዬ በዝቶ ፣ አንደበቴን ያዘኝ።
አንድ አለ የሄደ ፣ ድንገት ከበር አልፎ፣
ልቤን ከደረቴ ፣ ከምሽጉ ነድፎ።
አለ ከደጅአፌ ፣ እንደተሰወረ
ትልቅ ሚስጥር ፣ ሆኖ በልቤ የኖረ።
ሞት እለፈኝ እኔን ፣ ያን አውራ ልጠብቅ
መናደፍ ከቻለ..... ያው ንብ ነው ብዬ፣
ከቀፎው ስር ሳልርቅ......።
ማር ይቀስማል ፣ እሱ፣ ከአበቦቹ ከመስከ፣
ቀፎውን አውጥቼ........፣
ላሰነዳ'ዳለት ሁሉን ፣ በመልከ... በመልከ።
ቀስሞ እስኪ መለስ ፣ አበቦች ሳይረግፉ፣
ሳልቀምስ አትግደለኝ ፣ ከማር ከሰፈፉ።

ከፈርኦን ክንድ ውስጥ፣ ከሞላው እንቢታ
የእስራኤልን ህዝብ ፣ ባርነት ሊገታ
እንደሄደው መልአክ ተልኮ በጌታ
በበግ ደም ምልክት ፣ በሬን እንዳይመታ።
በእዛ.... የሞት መዝገብ ፣ ስሜን ከከተበው
ባክህ....! ሞት እለፈኝ ፣ ስሜን ሳታነበው።
እስኪ እለፈው ደጄን ፣ ደሙን ሳትቀባ፣
እስከ ሚሞላልኝ.......
እንደ እስራኤል ህዝቦች ፣ አገሬ እስከገባ።
አትግደለኝ ባክህ
ለሀገሬ ሳልበቃ ፣ ስሜ ስደተኛ
ተጓዥ.. የምኳትን ፣ ሆኜ መንገደኛ፣
እናም እባክህን.....
ጥበቃው የበዛ ፣ ፍቅር አለ በኔ፣
ለጭንቀቱ ልድረስ ፣ ላግዝ ለወገኔ
ሁሌ በጎደለው፣ ስሟ እንደተነሳ...፣
እስቲ አገሬን ልያት፣ ነፃነት ተላብሳ...፣
አትግደለኝ ባክህ...! የዘር ለምድ ለብሳ።
የእናት ፍቅር ልክፍት፣ የሀገር ፍቅር ትንግርት
የልጅ ትንፋሽ ሙቀት ፣ የአባት በረከት
የአዳም እና ሔዋን የነፍሳቸው ግለት
ነፍሴ አሳሳችኝ ፣ ሳስብ ያን.... መለየት።
ሞት እኔን እለፈኝ.....
ከሁሉ..ከሁሉ የዓለሙን ፣ ትርክት አልፌ፣
በምድር ወድቄያለሁ ፣ በሀጥያት አድፌ።

ሞት እኔን እለፈኝ ፣ ለፈጣሪ ልጥና
ኃጥያት መተላለፍ ፣ በኔ በዝቷልና።
ንስሀን ለነፍሴ ከፈጣሪ ምህረት ድህነትን ጠግቤ፣
ያኔ ትመጣለህ ሲደርስ ሲሞላልኝ ሁሉንም የልቤ፣
እኔ ልለምንህ ሞት ፣ እኔን እለፈኝ፣
የልቤን ልፈፅም ፣ አሁን አትፃፈኝ።

እንደምን ልውደድህ?

እንደ ፋሲካ ዶሮ ፣ ከሽንሽን እንዳለው፣
ልክ እንዳንተ ፍቅር ፣ ልቤ ላይ እንዳለው!
ልልህ አሰብ እና ፣ እኔ ወድሀለሁ፣
ይቅርብኝ፣ ይቅርብኝ ፣ ይቅርብኝ እላለሁ፣
እንደዛ ከሆነ፣ ሲያልቅ አጣሀለሁ።
ት..ና..ፍ..ቀ..ኛ..ለ..ህ......!
እንደ ቅቅል አጥንት ፣ ልልህ አሰብኩና፣
ስግጠው ያምሀል ፣ ብዬ ተውኩህና
እንደ ጥሬ ስጋ.............
ያ......... እንደምወደው ፣ ልልህ አሰብኩና
ፍቅርህን ስ..ጎ..ር..ደ..ው!!
ቆርጬ ስበላህ ፣ ታየኝ እንደገና።
ልክ እንደ ቸኮሌት ፣ አፍ ላይ
እንደሚቀልጠው፣
እንደ ሚጣፍጠው ፣ እንደ ከረሜላው፣
እኔ እ.ወ.ድ.ሀ.ለ.ሁ ፣ ልልህ አሰብኩና
ደግሞ ተረዳሁት ፣ አይቆይም ጥፍጥናህ።
እንደምን ልውደድህ?
እንደሚጣፍጠው..! እንደ ቁርስ ጨጨብሳ
ስርታ ሳትሰጠኝ ፣ እንዳትነጥቀኝ እሷ
ደግሞ እሰጋለሁ......!
በቅባት ስታሽህ በጆቿ ደባብሳ
እንዳትጨርስህ ከእጆዋ ላይ ቀማምሳ።

እናም መለስ ብዬ...

እኔ ልልህ ነበር..... እኔ እወድሀለሁ፣

ያ እንደምወደው ፣ልክ እንደ ደረቅ ጥብስ፣

እሳቱን ሳስበው.......! ታየችኝ ያንተ ነፍስ፣

በእሳት ስትቆላ...! በእሳት ስትጠበስ።

እንዳልወድህ ደግሞ ፣ እንደ ገንፎ ቡላ

እኔ ደግሞ አልወድም ወንድ ልጅ ሲላላ

እናም የእኔ ገላ ....፣

እንደምን ልውደድህ እስቲ በለኝ መላ።

2019 ስያትል

ሰውነት

ሰውነት ሰው መሆን፣ የአምላክ ልዩ ጥበብ
ሲፈጥረው ጀምሮ ፣ የሰራው ሲጠበብ።
ትርጉም አልባ ሊሆን ፣ የዓለም እውነታ
ሰው ካልከበረበት ፣ በቆመበት ቦታ
ንግስናው ተገፎ ፣ ቅጥ አንባሩን ካጣ
ዓለምን ሊዘውር ፣ ማን ከየት ሊመጣ
በተሰጠው ምድር ፣ እንዲህ ከተቀጣ
መሬት ካልተመቸው ፣ ሌላ ወዴት ይውጣ?

ንገርያት ለእናትሽ

ሚጥዬ........

አንዴ እሱን፣ አንዴ እኔን ፣ ስታይ ተንከራተሽ

ግራ በተጋባን ፣ በእኛ መሀል ገብተሽ

ላይገባሽ ጭንቃችን ፤ ብነግርሽ ተረድተሽ፤

የምትከሽ መሰለኝ፣ የክስ መዝገብ ከፍተሽ።

ላንቺ ዥዋዥዌ ፣ ለጥያቄሽ መልሱ፣

ልጄ አይሰጥሽም.....

ወረፋን መጠበቅ ፣ አይገባውም ለእርሱ።

ዓይኖችሽ አስፈሩኝ ፣ሲቁለጨለጩብኝ፣

ልብ የሚይላውስ ፣ መልዕክት ላኩብኝ

ልጄን በሰውነት ፣ ቆመው ከሰሱብኝ።

ልንገርሽ የእኔ ልጅ....

እንኳን በዓይንሽ ጥቅሻ

ብትነግሪው እንኳን ፣ አይረዳሽ እሱ

በእራሱ ዓለም ነው፣ የምትዋኘው ነፍሱ።

እንደምን ላስረዳሽ ፣ የመረዳት አቅሙን

የመስማት የማየት ፣ የቁም ሰመመኑን

እንደ ምን ላስረዳሽ ፣ አይቶ አለማየቱን

እንደ ሚቸግረው.........

እንከዋን አንቺን ቀርቶ፣ መለየት እናቱን

እንደምን ላስረዳሽ ፣ ደስታው ከባከነ

ቀን እና ሌሊቱ ፣ ሲቃ እንደሆነ

እንደምን ላስረዳሽ ፣ ልጅነትሽ ጎዳኝ

ሂጂ ጥርያት እስቲ ፣ እናትሽ ብትረዳኝ።
ዝምታው ቢደንቅሽ ፣ ወደ እኔ እያየሽ ፣
ቢጠፋብሽ መልሱ....።
ዓይኖችሽ ዘለላ ፣ ዕንባን አፈሰሱ፣
የማይከሰሰውን...... የእኔን ልጅ ከሰሱ።
ፍረጂ እያሉ ፣ ለፍርድ ሊያነሳሱኝ፣
በስስት እያዩ ፣ በብልሀት ሊከሱኝ፣
ደርሰው ከልቤ ውስጥ ፣ ገብተው ወሰወሱኝ።
እንኳን ላንቺ ቀርቶ........፣
ለእኔ ለመረዳት ጊዜ የፈጀውን።
ላስረዳሽ አቃተኝ ፣ በልቤ ያለውን
የልጄን ማንነት ፣ ሚስጥር የሆነውን።
ቃላት ብመራርጥ ፣ ልጅነትሽ ያዘኝ
ዓይንሽ በአደባባይ ፣ ቆሞ እየከሰሰኝ።
እንዳልዘረዝረው ፣ ልጄ የሆነውን፣
እንኳን ባንቺ እድሜ.....፣
በአዋቂዎች እንከዋን ፣ተፈትኗል አቅሜ።
አትጠብቂኝ ሂጂ ፣ ንገርያት ለእናትሽ
በጥበቃው ብዛት ፣ እንዳይፈስ ሀሞትሽ።
ዓይን ዓይኑን ብታይው ፣
መስሎሽ የሚያዝንልሽ...
መስሎሽ የሚረዳሽ......
ቆመሽ ብትጠብቂ ፣ ቦታ እንዲለቅልሽ
እንዲህ በቆምንበት ፣ ይሄ ቀን ቢጨልም
ይሄ ቀን ቢነጋ ፣ የለኝም የምልሽ......።

የእኔ ልጅ ልዩ ነው ፣ ቢታይሽም አድጎ
የሚያደርገው የለም ፣ ልክ እንዳንቺ አውቆ
ልዳኝሽ አልችልም ፣ እባክሽ ፈራሁኝ ፍርድ እንዳላዛባ
አይኖችሽ አስፈሩኝ ፣ ግጥም ቢሉ በንባ።
ንገሪያት ለእናትሽ፣
አቅፎ የመሳም ቀርቶ፣ ፊት የነሳ እንዳለ
የዓለምን ገፅታ ፣ ታስረዳሽ ምንአለ!!
ከዛሬ ጀምራ ፣ ትንገርሽ ዘርዝራ
ደስታ ብቻ ሳይሆን ፣ የዓለምን መከራ
ሂጂ ወደ እናትሽ ፣ እኔም ችዬ አልዳኝሽ
መንገዱ ሌላ ነው ፣ልጄም አያዝንልሽ
ሚስጥር ነው ህይወቱ ፣ የራሱ ዓለም ያለው
እኔነኝ በሱ ዓለም ፣ገብቼ ምዋኘው።
አታልቅሽ እባክሽ ፣ሂጂና ንገሪያት
ከገባት ችግሬ ሚስጥሩን ልንገራት
የልጄ ህመሙን......
አቅሙን ነግሬ ፣ እሷንም ላስተምራት።
2017 ሰያትል

የገንዘብ አቅሙ

ላይ ላዩን ሞሽሬ ፣ ገዝቼ አልባሳቱን
ለአሊጋው ተጨንቄ ፣ ለውበት ስራቱ።

ለዛለው መንፈሴ ፣ ዕረፍትን ሽክፎ
መስሎኝ ውድነቱ ፣ ሚያስተኛኝ አቅፎ።

ጨርሼ ስገባ ፣ ሀሳቤን ሞልቼ
እንቅልፍ ግን አጣሁ ፣ የሌለውን በእጄ።

በለፋሁት መጠን ፣ መኝታ አልተመቸኝ
ሰውነት ውስን ነው፣ እግዜር ነው ሚበጀኝ።

ገንዘብ አሊጋን እንጂ ፣ መች እንቅልፍ ይገዛል፣
የሰማይ የምድሩ ፣ አምላክ ያንን ያዛል።

ሀብታም በነጠረ.......
በተዋበ አሊጋ ፣ ሲገላበጥ ያድራል
ድሀ አቧራ ላይ ፣ ተኝቶ ያነጋል።

2020 ስያትል ዋሽንግተን

እናት እና ጭንቋ

በተፈጥሮ ሂደት ፤ በህይወት ገመና፣
ተወልዶ በማደግ ፤ በመሞት መካካል፣
ከፊም ደግ አለና..! በረጅሙ መንገድ!
ሶምሶማሽን... ጀመርሽ ፤ በማያልቅ ጎዳና።
ውለጅ ከበጅ ተብለሽ ፤ አሜን አሜን ብለሽ፣
የተፃፈልሽን ፅዋሽን ተረከበሽ፣
አሜንሽን ደግመሽ....።
ህልምሽን ልትኖሪው ፤ አንጀትሽ ሲላወስ፣
ሲንሰፈሰፍብሽ ልጅ በማቀፍ መንፈስ፣
እንደ ሰው ወጥነሽ ፤ እንደ ሰው ተስለሽ
ቀን ቆጥረሽ አልቅሰሽ ፤ ዘጠኝ ወር አርግዘሽ፣
በናፍቆት በስስት ፤ በጭንቀት ጠብቀሽ።
ማዕረጉ ሲደርስሽ ፤ የምርቃት ወጉ፣
ቃል ገብተሽ ተነሳሽ ፤ ልታይ የእናት ጥጉን።
ህመም ስቃይሽን ፤ ምጥሽን እረስተሽ፣
በሁለቱ ክንዶችሽ ፤ አቀፍሽው እሮጠሽ።
አይኖችሽን ከድነሽ ፤ እስከ ምትገልጫቸው፣
ከቶ ያላመንሽው.......
በክንዶችሽ ሙቀት ሸፍነሽ ያኖርሽው።
ደሙ ሚላወሰው ፤ ትንሽዬው ህፃን፣
ያጠነሽ በፍቅሩ ፤ እንደ መቅደስ እጣን።
አይኖቹን እያየሽ ፤ እድገቱን ስትቆጥሪ፣
ያልጠበቅሽው ሆነ ፤ ደርሶሽ ሌላ ጥሪ።

ተለየብሽ እና…… የልጅሽ እድገቱ!

ተጨነቅሽ በብርቱ….!

ህልምሽ ቅጡን አጣ፣ ምስቅልቅሉ ወጣ፣

ልጅሽ ለመከራ ፣ እዚህ ዓለም መጣ።

ተያዘ አንደበቱ ፣ ቀን ቆጠረ እድገቱ

ተጨነቅሽ… ተረበሽ ፣መከረኛ እናቱ።

እኩዮቹ ቆመው ፣ ደርሰው ሲቦርቁ፣

እራበኝ ተጠማሁ ፣ ብለው ሲጠይቁ፣

ከልጅሽ አንደበት ፣ ቃላቶች እራቁ።

መቀበል ቢያቅትሽ ፣ ታመምሽ በጠና፣

ልጅ ይዘሻል እና……

አንገቱ ያልጠና ፣ ወገቡ ያልቀና፣

እግዜርን አየሽው ፣ መለስ ብለሽ ቀና።

መርገምት ነው አሉ ፣ መላምት መቱ

አንገትሽ ተሰብሮ ፣ ተጨንቀሽ እናቱ።

አይቶ እንዳላየ ፣ ሰምቶ እንዳልሰማ፣

ታገልሽ ልትወጪ ፣ ከሀሜት ከተማ።

የልጅሽ እድገቱን ፣ መቀበል ቢያቅትሽ፣

ዕንባሽም ጎረፈ ፣ ቀን በቀን ተተካ፣

ቀን ቆጠረ ህይወት……

ፊቅ ሳይል ልጅሽ ፣ አቅፈሽ ካኖርሽበት፣

አዕምሮው ታሞበት ፣ አካሉ ጎድሎበት።

መረዳት አቃተሽ…..

የወፎ ቆሞች ፣ ወፎ ላላ ትርጉሙ፣

የልጅሽ እኩዮች ፣ ተነስተው ሲቆሙ።

ይዘሽ ተንከራተትሽ፣ በፀበል በገዳም
መልስ አላገኘሽም ፣ ከፍጥረት ከአዳም።
እሱ በምክንያት..
እግዜር የሰጠሽን ፣ መርጦ ከፍጥረቱ፣
መቀበል ቢያቅትሽ ፣ መረዳት እውነቱን
ለምን ፈጠርከኝ አልሽ ፣ ለምን ፈጠርከው አልሽ
እግዜርን ወቀስሽው
ባይኖችሽ ቃኝተሽ ፣ ከዙፋን ፈለግሽው።
ስቃዩን ከማየት ፣ ልጅሽን አቅፈሽው
ወይ ግደለኝ ብለሽ ፣ አልቅሰሽ ለመንሽው።
መፍትሄ ፍለጋ ፣ ስትንከራተቺ፣
አላገኘሽ ወገን ፣ የሚል አንድ በርቺ።
መነሳት ሲያቅተው ፣ ቃላት ሲያቃትተው.
እግዜርን ተማፀንሽ ፣ ልጄን ፍታው አልሽው።
በአርምሞሽ ምስጠት ፣ የልጅሽን ህይወት በዝምታ ኖርሽው.......
ቀርበሽ አስጨነቅሽው ፣ ዶክተሩን ጠየቅሽው፣
መልስ አልሰጠሽ እሱ ፣ ከእግዜር ያጣሽውን
ከየት ሊያመጣው እሱ?
እናም......
ግራ ብትጋቢ ፣ ግራ ቀኙን ማትረሽ
ያስተሳሰረሽን ፣ እትብትሽን ቋጥረሽ
ቃል ገብተሽ ለራስሽ ፣ እንባሽን አብሰሽ፣
ልጅሽን ከጉያሽ ፣ ከእቅፍሽ መልሰሽ
ተነሳሽ ከመሬት ፣አፈር ድሜ ልሰሽ።
አልተረዳሽ ትውልድ እንዳትወድቂ ዝለሽ

አንገቱ ያልጠና ፣ የተራብ አዝለሽ፣
በሲቃ ተይዘሽ ፣ በሰቀቀን ሳለሽ።
የባህል ድግምቱን ዜማ እያዘመ
መሔጃሽን ዘግቶ ፣ በመንገድሽ ቆመ
ገፍትሮ ሊጥልሽ ፣ ከንፈር መጠጠልሽ
ከዘር ነው ሰይጣን ነው፣ ጋኔል ነው እያለ
በፈጣሪ ስራ ፣ ሲያስጨንቅሽ ዋለ፣
ላንቺ የቆመ ህግ ፣ አንቺን የሚረዳ
መንግስትስ የት አለ? ወገንስ የት አለ?
ውስጠትሽ ሲጠይቅ ፣ ሲብሰለሰል አለ፣
አንድ ቀን ለነፍሱ ፣ ዞሮም ያየሽ የለ።
አንቺ ኀበዝ እናት ፣ አንቺ ኀበዝ እናት፣
የቆምሽው በፅናት ፣ ከስንቱ ጋር ታገልሽ?
ወገግ ልታደርጊ..... የልጅሽን ፅልመት።
ከሰዎች ተገለሽ ፣ ሌላ አለም ተጥለሽ.
ከአጉል ባህል ታግለሽ..
ተርቤአለሁ ሳይሆን ፣ ተራብብኝ ብለሽ።
ባዶ ቢሆንብሽ ፣ መሶብሽን ዳብሰሽ
ተነስትሽ ብትወጪ ፣ ግራ ቀኙን ማትረሽ
ዳቦ ልታመጪ...
መች ይጠብቅሻል?... መች ይጠብቅሻል?
የአይምሮ ህሙም ፣ ተጠቂ ይዘሻል፣
ትተሽው እንዳትሄጅ ፣ ሞቶ ይቆይሻል
ሚቀመስ ካልፈለግሽ ፣ በእጅ ይሞትብሻል።
በልጅሽ መከራ ፣ ራብ በርትቶ

ህክምናው ቅንጦት ፣ ሆኖበት ተረስቶ
ከባድ ነገር ሆነ ፣ አንዲት ለሊት ማደር
አንዲት ዳቦ በልቶ።
ግራ ብትጋባ ፣ ስትጣራ ነፍስሽ፣
ከአንዲት ጉድጓድ ወድቃ፣
ከሰው ዓለም እርቃ....
በገደል ማሚቱ በእራስሽ ጩኸት
ያስተኛሽው ነቃ....።
ይኸው ነው ድካምሽ...፣
ይኸው ነው ጩኸትሽ....፣
ድምፅሽ ያላለፈ ፣ ከፈረሰው ቤትሽ።
ብቻ ማይዘለቅ ፣ የጀመርሽው ጉዞ
የማትወጪው ዳገት፣ የማያልቅ መንገድ
መሆኑን ተረድተሽ፣ ስትቃትች ሰማሁሽ
ከመንገድ ዳር ወጥተሽ...፣
ያገር ያለህ ብለሽ...!
የመንግስት ያለህ ብለሽ...!
የሰው ያለህ ብለሽ....!
ይህን ቀን ለማለፍ....
ለተራበው ልጅሽ ዳቦ አቀብለሽ።

መታሰብያነቱ በኢትዮጵያ በኦቲዝም የተጠቁ ልጆችን ለሚያሳድጉ
ቤተሰቦች በተለይም
ለብርቱ እናቶች ይሁንልኝ
2020 ስያትል

ሲቋጥር ሲፈታኝ

በሀሳቡ ማዕበል ፣ ደርሶ ሲያንገላታኝ
ይኸው ዛሬም አለሁ ፣ ሲቋጥር ሲፈታኝ።
አቅመቢስ ደካማው ፣ የፍቅሩ ምርኮኛ
መድረሻው የጠፋኝ......
ተከትዬው ምኖር ፣ ሁሌ መንገደኛ።
ደርሶ ሲነካካኝ ፣ ሲቆም ካጠገቤ
ናፍቆቱ ይጠፋል ፣ ይረጋጋል ቀልቤ።
ደግሞ ይቃኘኛል ፣ በዜማ በቅኝት
ቆፈኔ ይጠፋል ፣በአካላቱ ግለት።
የተሳሰረብኝ.... ደምስሬ ሲፍታታ፣
ያለ እኔ ሰው የለም..! ጎኔ የቆመ ለታ
የሄደ ዕለት ደግሞ ፣ ሲጠፋ ከዓይኔ፣
ደም ስሮቼ ሁሉ...........
ይቆጣጠራሉ.....! አይመስሉኝም የእኔ።
ይኸው በሰንሰለት ፣ ታስሬ ቆሜያለሁ
የደም ዝውውሬን........
በመምጣት መሄዱ ፣ እቆጣጠራለሁ።
እንዳሻው ሊያደርገኝ..
ሲቋጥር.. ልቋጠር......፣
ሲፈታኝ.. ልፈታ........፣
በቀለበቱ ስር ፣ አለሁ ስንገላታ።

ህይወት ይቀጥላል

ደመና ቢጋረድ ፣ ጋራ ሸንተረሩ
በዝናብ በካፍያ ፣ ቢሸፈን ምድሩ፣
ማዕበሉ ቢያይል ፣ ውሽንፍሩ ቢያቅት
ወጀቡ አይሎ ፣ ህይወት ቢያዳግት፣
ሺ ወዳጅ ቢቀበር ፣ በባሩድ እሩምታ
ዓለም ብትሸበር ፣ በእናቶች ዋይታ፣
መሻገር ግድ ቢል ፣ የደም ባህር ቀዝፎ
መዝለቅ የቻለ ነፍስ ፣ ይሄን ሁሉ አልፎ፣
ከዚህ ሁሉ ጭንቀት ፣ የተረፈች ህይወት
ምንም ይሁን ምንም...........
መኖሯ አይቀርም ፣ ይቀጥላል ህይወት።

ስትጨርስ ንገረኝ

ብዙ ሺ ሀሳቦች ፣ ብዙ ሺ ጅምሮች
በጣም…! ብዙ.. ብዙ.. ብዙ እልፍ እቅዶች።
ስላለ ከልብህ ፣ ስላለ ከልቤ
ከሰው የተለየ ፣ ከቶ ስላልሆነ
ሀሳቡን ማቅረብህ ፣ ሀሳቡን ማቅረቤ
ጥቂቱን አንጥረን ፣ ከብዙ ሀሳቦች
ትላንት ከተውናቸው ፣ ከቀሩት ስራዎች
ስከን እንበልና ፣ ብለን መለስ ቀና
መጀመርን ትተን፣ ኃሳብ እንደገና
ከግብ እናድርሰው ፣ አንዱ ላይ እንጥና።
ስጨርስ ልንገርህ ፣ ስትጨርስ ንገረኝ
መጀመር ቀላል ፣ ነው ፍፃሜን አስተምረኝ።

ሞተች አትበሉ!

ኮትኩታ.. ኮትኩታ ፣ ዘር ዘርታ አፍርታ
ያች የሴት ገበሬ፣ አረፍ አለች ገብታ
ሞተች አትበሉ ፣ ያቺን ደጓን እናት
ሺዎችን ጠልላ፣ በፈጣሪ ጥላ፣ ያረፈች ሲደክማት፣
ያረፈ ይነሳል… ሞቱ አይነገርም
ዘላለም በትውልድ መጠራቱ ላይቀርም።
2021 ስያትል

የእናታችን ደክተር አበበች ጎበናን
ነፍስ ይማር ለቤተሰቦቻቸው እና
ለኢትዮጵያ ህዝብ መፅናናትን ይስጥ።

የጥቁር እናት ነኝ

ልጅሽ አደገልሽ… ደርሷል ተገላገልሽ
ሲሉኝ የሚጨንቀኝ……!
አድጎ እራስ መቻል ፣ ችግር የሚመስለኝ!
የሚያስደነግጠኝ…… ።
ይደግልሽ ሲሉኝ ! አሜን ማለት ቀርቶ!
የውስጤ ፍርሀት ፣ የሚነበብ ጎልቶ፣
መመረቅ ማስመረቅ ፣ ትርጉም የማይሰጠኝ፣
ይደግ ልጅሽ ሲሉኝ ፣ የሚያስደነግጠኝ
ዕድገቱ ሚያስፈራኝ
መመሸሸግያ ያጣሁ፣ የጥቁር እናት ነኝ።
እንኳንስ ለሰው ልጅ ፣ ለእግዜር የማልመች
ፀሎቷን ሳትጨርስ ፣ ነፍስ ያለኝ የዛለች።
ወጣት ሲድህ ያየሁ ፣ በዘር በቀለሙ
መርጦ ባልተሰጠው ፣ ባልነበረ ህልሙ።
የጥቁር እናት ነኝ….
የጥቁር አንገት ላይ ፣ ዘረኛ ተቀምጦ
"መተንፈስ አቃተኝ" ፣" መተንፈስ አቃተኝ"
ሲል ቃላት አምጦ።
ያንን የጣር ድምፅ የሰማሁ……!
ሲለምን ….. ሲማፀን…ሲል እያቃሰተ
ያንን….ያየሁ ለታ..
የጥቁር ወላጁ ፣ የእኔ ተስፋ ሞተ።
በእንብርክክ ቆሞ ፣ ትንፋሹን ሲነጥቀው፣

"መተንፈስ አልችልም" "መተንፈስ አልችልም"
በሚለው ሲቃ ነው ፣ ውስጤ የታወከው።
ለዚህ ነው ምላችሁ ፣ ፈሪነኝ.. ድንጉጥ ነኝ!
በጠራራ ፀሀይ.. ብርድ ብርድ የሚለኝ
ጭንቀት የሚያርደኝ ፣ የጥቁር እናት ነኝ።
በመውጣት.. በመውረድ. ሀሳብ ተንገላታ፣
የምትኖር ነፍስ ያለኝ ፣ ጠዋት ማታ ሰግታ።
የጥቁር እናት ነኝ ፣ በሞገስ ሲነሳ
በክፉ የሚያዩት ፣ ቆሞ እጅ ሲነሳ፣
በዘር በቀለሙ ፣ የሚቀምስ አባሳ።
በፍፁም ህሊናው ፣ በተከለ ቁመናው
ፈርተው የሚያሮጡት ፣ ያለስብዕናው።
ሰርቆ ሄደ ጥቁር....
ገድሎ ሄደ ጥቁር...
ደፍሮ ሄደ ጥቁር....
ብለው እያወጁ ፣ ስሙን አጠልሽተው
በዘር እያጠቁ ፣ ሁሉንም ፈርጀው ፣
የሚያሳድዱትም ፣ እርሱን ነው ጠቁመው
ደርሰው የሚይዙትም ፣ እሱን ነው አድነው።
አቅጥነው አስልለው ፣ እንዲበጠስ ህልሙ
ስርአት ዘርግተው...
እያየሁ ማሳድግ ፣ የጠፋብኝ አቅሙ።
ለዚህ ነው የምላችሁ ፣ የጥቁር እናት ነኝ
ባየሁ በሰማሁት ፣ ጭንቀቱ የሚገድለኝ፣
በዚህ መንፈሴ ነው ፣ ነግቶ ሚጨልመው።

ታድያ.. በዚህ ሀሳብ... እንዴት አድርጌ ነው
የልጄ ዕድገቱን ፣ ለነገ ማልመው?
የጥንቱ ሲነሳ ፣ የማርቲን ተጋድሎ
ትላንት የሞተው ጆርጅ ፣ መንገድ ላይ ተንጋሎ
ሺዎች በማንነት ፣ ሲቀምሱ አበሳ
በግፍ እያየሁኝ ፣ ሞቶ የተረሳ።
ማን ይፈርድብኛል?
ማን ይፈርድብኛል?
ባላደገ ልጄ..... ብዬ ከተመኘሁ
የጥቁር መከራው ፣ ተባብሶ እያየሁ።
ብመኝ ከሸሸጌ ፣ ወጥቶ ባልተለየ
እንዴት ትሁን ነፍሴ ፣ ልኬው ከዘገየ?
በዚህ ውጣ ውረድ፣
እንዴት ነው የማምነው?
ዘረኝነት ልጄን ፣ ዛሬ እንደማይገለው?
ግድብ ተሰርቶበት ፣ አልፎ እንዳይራመድ
ስርዓት ተዘርግቶ ፣ ጠልፎ የሚጥል ገመድ
በየት አርጎ ይግባ ፣ ልጄ ከቤት ወጥቶ?
አ.ስ.ሬ! አስቀመጥኩት፣ ልቤ ይሄን ፈርቶ።
ለዚህ ነው የምለው ፣ የጥቁር እናት ነኝ
መላው ጠፍቶብኝ ነው ፣ ስጋት የሚገለኝ።
ስታነባ እያየሁ ፣ እናት ልጅዋን አጥታ፣
ፍርድ ተዛብቶባት ፣ ወርዳ ከከፍታ
ተስፋ ቆርጣ ያየሁ ፣ ከሰው ተራ ወጥታ።
ምስኪንነኝ ከርታታ.....፣

አቅም የነፈጉት ፤ እድገቱ የሚያስፈራ
የዋህ የወለድኩኝ ፤ የእግዜር ድንቅ ስራ
እንዳይገባው ሆኖ ፤ የተፈጥሮ ዑደት
የመኖር ትርጉሙ ፤ የመሞት ልዩነት ፤
የጥቁር እናት ነኝ ፤ ያሸከሙት ጭነት።

ጆርጅ ፍሮይድ ያኔ…

"መተንፈስ አቃተኝ" ፤ "መተንፈስ አቃተኝ"
የሚለው ድምፁ ነው ፤ ዓለምን ያወከው፤
ለዛ ነው በስጋት ፤ በሀሳብ የምቃትተው
ምስኪኑ የእኔ ልጅ ፤ ድምፅ አልባ
እንዳይሆን ሰግቼ ፤ የግፉ ሰለባ
ለይቶ ሳያውቀው ፤ የአለም ክፋቱን ፤
እንዳይነጥቁኝ ፈራሁ ፤ አይተው ሰውነቱን
ክፉ ደግ አያውቅም ፤ የእኔ ልጅ የዋህ ነው
ለእሱ የሚገባው .....
ዓለሙ በሙሉ የእርሱ እንደሆነ ነው።
የጥቁር እናትነኝ......
በዚህ ጭንቀቴ ነው ፤ ነግቶ ሚጨልመው።
መኖር እና መሞት ፤ ትርጉም የማይሰጠው
የጥቁር እናት ነኝ…
በዚህ ፍርሀት ነው ፤ ቆሜ ምሞግተው
ባለመረዳቱ እጁ ይገባና ፤ያኔ ምክንያት አለው
የልጄ ትንፋሹን ፤ ህይወቱን ሊነጥቀው
በዚህ ምክንያት ነው ፤ በጭንቀት የማልቀው።
ለዚህ ነው ምጮኸው…!

ገብቶናል ለሚሉኝ ፣ ምንም ላልገባቸው

ንግግር ላረጉት ፣ ጩኸቴን ቀምተው

እንዲህ ሲያናውጡኝ ፣ ፍርሀት ጭንቀቴን

እንዴት ብዬ ልተው...?

የጥቁር እናት ነኝ.....

ተኝተው እያየሁ ፣ የሚመስለኝ ሞተው።

08/18/2020

ፍቅር እና ህልም

ተንተርሼው አደርኩ ደረቱን በህልሜ፣
እንዳልነቃ ፀለይኩ እንድያው ዘላለሜ።
እንደምን ይኖራል ዘላለም ተኝቶ፣
ወይ አብሮ መንቃት ነው፣ ወይ መሄድ ነው ትቶ።

አባት ማለት ለእኔ!

አንተነህ ምሳሌ፣ አባት ሲሉ ለእኔ
ሚስጥሩ ላልገባው ፣ ለሆነበት ቅኔ።
የአባትነት ትርጉም ፣ ከቶ ላልገባቸው
አባት ማለት አንተ መሆንህን
እንዴት ልንገራቸው...........?
አንተነህ ትርጉሙ ፣ ሚስጥሩ ሲፈታ
ከወለድከው አልፈህ.....፣
ደርሰህ ለብዙዎች፣ የሆንከው መከታ።
ሀገር ሚገነባ ፣ ሳይማር ተምሮ፣
ትውልድ የቀረፀ ፣ እምነቱን አኑሮ፣
ከእራሱ አውልቆ ፣ ወርቁን እየሸጠ ፣
ከብሩን ኃላ ትቶ ፣ ትውልድን ያስጌጠ።
ለአባትነት ትርጉም....
ከወዴት ይገኛል ፣ ካንተ የበለጠ?
ሳይጠግቡ የማይጎርስ ፣ ቀርቦ ከገበታ
ለመስጠት ማይሰስት ፣ መዝግያውን ለመታ
ስለ ማርያም ብሎ ፣ ደጅ የቆመን ድሀ
በእጅ እያጎረሰ ፣ የሚያቀብል ወኃ።
ታድያ ከየት ይመጣል...?
ከእራስ አሳንሶ ፣ ፍቅሩን የገለጠ
ላልወለደው ልጁ ያላበላለጠ..፣
ማን ሊሆን ምሳሌው.....?
ለአባትነት ትርጉም ፣ ካንተ የበለጠ?

ናፍቆትና ትዝታ

መንፈስ.. ከመንፈስ…ላይላቀቅ፣

ስጋ ከስጋ ላይ….ሲመነጨቅ ፣

አንድ አካል ሲቆረጥ ፣ ልክ እንደ መ.በ.ለ.ት

ታግለው ላያስቀሩት፣ ያን የመሄድ እውነት።

ደረት እየፋቀ ፣ በማይወጣ ሲቃ

ዘላለም መኖሩ ፣ ተኝቶ ሲነቃ።

የሚያዝል መንፈስ ፣ ድንገት የሚያላቅቅ

አጥንት የሚሰብር ፣ ልብ የሚሰነጥቅ።

ድፍርስ ያለ ሰማይ ፣ ደም ለበስ ጨረቃ

በመለየት ህመም ፣ ነፍስ ያለባት ሲቃ

ጋዙን አርከፍክፎ…….

እሳቱን ይጭራል ፣ ልብ ላይ ትዝታ፣

መለየት እያለ ፣ በእራሱ በሽታ።

የሚወዱት ሄዶ፣ አይጠፋም ስሜቱ

ደግሞ ካልተያዩ ፣ ምንም ቢበረቱ

ሀሳብ ላይመለስ ፣ ላይደርስ ሲከተለው

ላይዝ ላይጨብጠው ፣ ችሎ ላያስቀረው፣

የልብ ደወል ፍጥነት ፣ ጭንቀቱ ስሜቱ

የሚዋደዱ ልቦች ፣ እጆች ሲጓተቱ

መለየት ከፋቱ ፣ ሞትን ማስመኘቱ።

የማይነጋው ለሊት

ሊነጋ ሲል ይጨልማል ፤ ይሉ ነበር ከጥንቱ
የመከራ ወቅት እንዲያልፍ ፤ ችለው እንዲበረቱ፤
ግን.... ጭንቅ ወገኔ ላይ ፀና ፤ ረዘመ ለሊቱ።
ይነጋል ፤ የሚል...ተስፋ እንደ ታቀፈ...!
የሰው ህይወት ፤ እንደ ቅጠል እረገፈ
የማይነጋው ለሊትም ከነፈ....
የንጋቱ ጥበቃ ፤ ከገደቡ አለፈ...!

ህይወት ስትተመን

ጀንበር.... ጠልቃ

እሷ ስትነቃ... እሱም ነቃ።

ተገናኙ በመስመሩ ፣ህይወታቸው ስትገሰግስ፣

እሷ.. የሚበረው እስትንፋሷን ልታስመልስ፣

እሱ.. የስሜቱን ፈረስ ሊያስታግስ፣

ሲገሰግስ.... ስትገሰግስ።

በቀሚሷ ምሽግ ሊሰራ፣

አየሁት ከፊቷ ፣ ስሜቱን ሲያጓራ፣

ሊያስመልስ ቁልቁል ከተራራ፣

እሷ ልትቀምስ የሞት እንጀራ

ለስጋዋ አድራ ለነፍሷ ሳትፈራ።

ሲገሰግስ..... ስትገሰግስ ተፈላልገው

ጠጋ ብሎ ሲያናግራት

ሹክ አለችኝ ነፋሷ ፣ ከንግግራቸው ቁርሳ

ደግማና ደጋግማ...መልሳ መላልሳ።

"ስንት ትያለሽ?"... አላት፣

ጥያቄው ግን አስጨነቃት፣

ስንት ትበል?

የለሊቷ ሙሽራ

በቀሚሷ ተመሽጎ ፣ ልቡ ሊያጓራ፣

በሳንቲሙ ሳትስማማ፣

እንዳትቆርጥለት ስትፈራ

ሲያስጨንቃት የዕለት እንጀራ

እንዳትስማማ ምን ሊሰራ?።

አንድ ተራምዶ....

"ሄድኩ".."ሄድኩ" ብሎ እያስፈራራት

"በይ ንገሪኝ ቁርጡን" አላት።

ስላልተስማሙ ፣ ሊስማሙ፣

እንዳይለያዩ ፣ ሳይስማሙ።

ተቧጨቁ...ተቦጫጨቁ

ኋላ ሊጣመሩ..ያለ ፍቅር ሊዘምሩ

በየፊናቸው አጓሩ።

እ.....ጥሏት ቢጓዝ ለሱ ግድ የለበት

እልፍ አእላፍ ሞልቶለት፣

ለእሷ ግድ አለባት ሌቱ ከነጋባት።

እናም.. እናም ተስማማች፣

ስጋትዋ ልጓም አጥቶ ፣ ልቧም ለእርሷ ቆረጠላት

በብር ..አስር ሀያ ብሎ ፣ያን ህይወቷን ተመነላት

ለእሱ...ይብላው ለኪሱ

ለእሷ...ይብላት ለነፍሷ

እኔ ግን አዘንኩላት....!

ዕልፍ አዕላፍ ህይወቷን..!

በሳንቲም መንዝራ ፣

ስትጓዝ ፊቷን አዙራ

መልሳ ሹክ አለቸኝ ነፋሷ

ከንግግራቸው ቁርሳ

ደግማና ደጋግማ መልሳ መላልሳ

መጨረሻው አስር ብሩ አስማማቸው።

መታሰብያነቱ ስጋቸውን ቸርችረው የዕለት ህትወታቸውን ለመምራት ለሚታገሉ ሴት እህቶቼ ይሁንልኝ!

1994 ዓ.ም አዲስ አበባ

ማዕበሉን ተሻገርኩ

በሚያስጨንቅ ዘመን፣ ጠብ በነገሰበት፣
ሰማዩ ጠቋቁሮ ፣ ቀኑ በዋለበት
ሀዘን ልቤ ገብቶ ፣ በተሰበረበት
እንኳንም በፍቅርህ......
እንኳንም በመውደድ ፣ ቀኑን ገፋሁበት።
ህይወት ሲያታግል ፣ ፈተናው በርትቶ
አንጀቴ ተጣብቆ ፣ መቀነቴ ላልቶ፣
ተስፋዬ መንምኖ ፣ በቁሜ ስቸገር
ካንተ ፍቅር በቀር ፣ ማን ያቆመኝ ነበር።
እንኳንም ወደድኩህ ፣ እንኳንም ወደድከኝ፣
እንኳንም አሰብኩህ ፣ እንኳንም አሰብከኝ
ከዛ ውሽንፍር ውስጥ ፣ እራሴን ደብቄ
እንኳን ተስፋ አደረኩ ፣ ፍቅርህን ሰንቄ።
እንኳን ካፍያ ወርዶ ፣ ምድር እረሰርሰ
በፍቅርህ ጥላ ስር ፣ የእኔ ነፍስ እራሰ።
በከፋት በሀሜት ፣ ሰው በረከሰበት
ቂም በቀል በምድር ፣ በተንሰራፋበት
እንኳን በልቤ ፣ አንተ ነገስክበት።
እንኳንም አወኩህ ፣ እንኳንም አወከኝ
ሲዝልብኝ አቅሜ ፣ ብርታት እየሆንከኝ፣
አስፈሪውን ማዕበል ፣ ቀዝፈህ አሻገርከኝ።

አውራ ጣት

"ሁሉም ኃጥያት ሰርተዋል፣
የእግዚአብሔርም ክብር ጎድሏቸዋል"
እያለ መፅሀፉ
በህይወት ጎዳና ፣ በሀጥያት ያደፉ
ባልጀራቸውን ሊያጋልጡ
በሸንጎ ተቀመጡ.....።
ስላልተገለጠ የእነሱ ኃጥያት
የተገለጠባቸውም ለማሳጣት፣
ሲጠቁሙ በጣታቸው ፣
ወደ ራስ ...መጠቆማቸውን ላያቆሙ፣
በሌባ ጣታቸው ፣ ወደ ሌላ ቀስረው፣
በተቀሩት ወደ ፣ራሳቸው ጠቆሙ።

ኢትዮጵያ

እናት ዓለም ኢትዮጵያ ጥያቄ አለኝ ላንቺ
እሰኪ እባክሽን ይህ ሚስጥር ፍቺ
ነገሪኝ እባክሽ ያንቺን ድምፅ ልስማ
ምን ተሰምቶሽ ይሆን አንቺ እናት ኢትዮጵያ፡፡

ውኃ ወሰዳቸው….
የጎደለው ባህር ፣ሞላ በደማቸው
ተብሎ ሲነገር ፣ ያንቺ ልጆች አሉ፣
ቤት እንደ ደመራ……
ተማገደ ሲሉ ፣ ያንቺ ልጆች አሉ።

ነደዱ ከሰሉ ፣ አመድ ሆኑ አሉ፣
ተብሎ ሲነገር.. ያንቺ ልጆች አሉ።
ታረዱ…. ተቀሉ!
ታላላቅ ባህራት ፣ በደማቸው ቀሉ፣
ተብሎ ሲነገር ፣ ያንቺ ልጆች አሉ።

ተራቡ ተጠሙ ፣ ዛለ አቅማቸው፣
በእያንዳንዱ አገር ፣ በእያንዳንዱ ምድር
ሲኳትን እግራቸው….፣
ተያዙ ሲባሉ ፣ ያንቺ ልጆች አሉ።

በእያንዳንዱ አገር ፣ በእያንዳንዱ ስፍራ!
ታሰሩ ቆሰሉ ፣ ተብሎ ሲወራ፣
ያንቺ ልጆች አሉ…።

ችግር ቸነፈሩን ፣ ተወጣነው ብለው፣
ቀን ሲጓዙ ውለው ፣ ሌት ሲጓዙ አድረው።

ድንግዝግዙ ለቆ ፣ ልክ ሊነጋ ሲል፣
በአውሬ ተበሉ ፣ ተስፋቻው ከሰመ
እንኳንስ የሆኑት ፣ የሰማው ታመመ፣
ተብሎ ሲነገር .. ያንቺ ልጆች አሉ...።

ያ..ሁሉ ስቆቃ ፣ ያ.. ሁሉ ረሀብ፣
ለመለወጥ ነበር ፣ የኑሮን ስንክሳር
ለመሻገር ነበር ፣ የችግርን አሳር

ግን ሳይችሉ ቀሩ...
ግን ሳይችሉ ቀሩ..
በርትቶ ጣላቸው ፣ ችግር ቸነፈሩ።

መማርያ ለመሆን ፣ በዜና ቀረቡ
ተብሎ ሲወራ ፣ ያንቺ ልጆች አሉ።

እናም ኢትዮጵያ..
እናም ኢትዮጵያ..
ንገሪኝ እባክሽ ይህን ካንቺ ልስማ

አቅም አጥሮሽ እንዳትደርሺ
ለልጆችሽ ሮጠሽ..

እምቡጥ ፍሬዎችሽ ፣ ወዳድቀው ሲረግፉ፣
ውኃ ሲወስዳቸው ፣ በንፋስ ሲገፉ፣
ጠብ ላይልላቸው ፣ ቢለፉ..ቢለፉ።

ግራ እንደተጋቡ ፣ ብዥ እንዳለባቸው
አንጀታቸው ታጥፎ ፣ ጨልሞ ተስፋቸው።

እንዴት አርጎሽ ይሆን?
እንዴት አርጎሽ ይሆን..?

የወላድ አንጀትሽ..!

ኢትዮጵያ እናት ዓለም፣ እስቲ ልጠይቅሽ

እንዴት አርጎሽ ይሆን ፣ የልጆችሽ ኃዘን?

ያ.. ቀናቸወ ሳይደርስ ፣ ሲሰማ ሞታቸው፣

ምን ተሰማሽ ይሆን ፣ አንቺ እናታቸው?

2015 ሲያትል

ውርደትሽ ታወጀ

ከማጀትሽ ወርዶ ፣ ጥቀርሻ እረገፈ፣
ገዳይ ተደራጅቶ ፣ በበርሽ አለፈ
ሴት እየጠለፈ ፣ ሴት እያሰለፈ።
  የጀግኖችን ዜማ ፣ ለከፋት ዶልቶ
  ዘራፍ እኔ ጀግናው ፣ ዘራፍ እኔ ጎበዝ
  ብሎ አቀነቀነ ፣ አደባባይ ወጥቶ።
እያለ እያዜመ.. እያለ እያዜመ፣
ዘመኔ.. አሁን ነው.
ማኖርም መግደልም ፣ የፈጣሪ ሳይሆን
ዘንድሮስ የእኔ ነው....።
   ከፉ ዜማ ያለው ፣ ትላንቱን የረሳ
   ቀመስኩ ያለውን ስቃይ ፣ ሊያቀምስ የተነሳ።
የትላንት ጀግኖችሽ..፣
የውጭ ወረራን ፣ ወጥተው የመከቱት፣
የነከሰውን ነው ፣ የእናታቸውን ጡት።
  ዛሬ ግን ..
እርስ በእርሳቸው ፣ እየተናከሱ
የጀግንነት አክሊል ፣ ሊደፉ ተነሱ።
  ከትላንት ያልተማሩት..
  የዛሬው ጀግኖችሽ..
የጀግኖቹን ዜማ ፣ ዘራፍ እያዜሙ፣
ቀመስኩ ያሉትን ግፍ ፣ በሰው ላይ ደገሙ።
  ሸብ ያረገችን ሴት ፣ ወገብዋን አጥብቃ

እንዳትወድቅ ፈርታ ፣ አቅመቢስ ደካማ።

ጀግና በሉኝ ይላል፣

ደብተር እና እርሳስ ፣ ለያዘች ተማሪ

ሙሉ ትጥቅ ታጥቆ..

መቀነቷን ነጥቆ

ሴት እያሰለፈ ፣ ሴት እየጠለፈ

ጀግናነን ይለናል ፣ ሴቶችን አግቶ

አደባባይ ወጥቶ....፣

ከፊታቸው ቀድሞ

የጎበዝ ፉከራን ፣ ለውርደት ተጠቅሞ።

ያን ነው የነገርኩሽ

ውርደትሽ ነው...ያልኩሽ፣

ለስልጣን ሽኩቻ..

ሴት እያሰለፈ ፣ ሴት እየጠለፈ፣

ፈሪው ጀግናነኝ ባይ ፣ በበራፍ አለፈ።

በአደባባይ ወጥቶ ፣ ጀግንነት ለፈፈ፣

ከሴትም ሴት አለው ፣ ከሴትም ጨቅላ ሴት

ከፉ ደግ ያለየች፣

በተስፋ የተሞላች ፣ ተማሪ ትንሽ ሴት፣

ዕውቀትን ፍለጋ......

ቁርሷን ሳትበላ ፣ የወጣች ከቤት።

ከፉ ደግ ያለየች ፣ ያውም የድሀ ልጅ

ምስኪን ያሳደጋት...

በፀሎት የቆመች ፣ በእናት እና በአባት

የጨለመው መንገድ ፣ እንዲገፈፍላት።

የህይወት ጎዳናን ፣ እየጠራረገች

ስትለፋ ፣ በመንገዱ ሳለች

በጫካኝ እጅ ዋለች..።

ተበድዬ ነበር ፣ ብሎ በሚል በዳይ፣

መልስ ስጭ ሀገሬ ፣ ተደራጅቷል ገዳይ፣

ወላድ ተተራምሷል ፣ ይኸው በዚህ ጉዳይ።

ሰበር ዜና ተብሎ ፣ ውርደትሽ ታወጀ፣

ገዳይ ተደራጅቶ ፣ ሴቶች እየፈጀ።

የእናት ጡት ስንት ነው?

አፍርሶ ሲወጣ ፣ የዘጠኝ ወር ቤቱን፣
ተጨንቆ ፣ ለማየት ቢጓጓም እናቱን።
ያጠ'ባቡ ምድር ፣ በጣም የሚሞቀው፣
የእናቱን ማህፀን ፣ መልቀቁ ጨነቀው።
ተፈጥሮ ገፋችው ፣ ትግሉን ቀጠለ፣
በእናት እና ልጁ ፣ ዓለም ተቃጠለ፣
እሪ አለች እናቱ...... ህፃኑም እሪ አለ።
ትግል አደረገ ፣ ለሁሉም የማይበጅ......፣
ሚስጥሩ ሳይገባው ፣ የእናት ህመም ለልጅ
ግን አልቀረለትም.....!
እሪሪ.. አለ ...ህፃኑ፣ ወደ ዓለም ሲመጣ
እረስታው በቅስፈት ፣ መውለዷን አምጣ፣
ብድግ አረገችው ፣ እናቱም ደንግጣ.....።
የደም ሰውነቱን ፣ በስስት እያየች
አፉን ከጡትዋ ጋር ፣ ወስዳ አቆራኘች።
ዘሎ ያዘው ጡትዋን ፣ ልክ አብሮ እንደኖረ፣
ጣቶቹን ሰትሮ ጡትዋ ላይ አኖረ
ታድያ..............
ጠልቆ ከታሰበ ፣ ከተመረመረ፣
ጡት መጥባት ህፃኑ ከወዴት ተማረ..?

ሰው አረጉኝ!

ድል ባለ ግብዣ ፣ በቀለጠ ድግስ፣

ሳይፈላለጉ ፣ ሳይጠቋቆሙ፣

የሚወዱኝ እና የሚጠሉኝ ሰዎች፣

አንድ ላይ ገጠሙ......።

ታውቂያታለሽ እንዴ? ታውቃታለህ እንዴ?

አንተስ...አንቺስ? እርሶስ እየተባባሉ፣

ድግሱን ረስተው ፣ ስለ እኔ ብዙ አሉ፣

ሁሉም በምክንያት ፣ ሀሳቡን አስረዳ

ማንም አልነበረም ፣ የውሸት ባለ ዕዳ።

የሚወዱኝ ሰዎች ፣ ትንሽ ኢጋነኑ!

ሰው መሆኔን ረስተው ፣ ለእኔ እየወገኑ።

የሚጠሉኝ ሰዎች ፣ በሀሳቡ ተከኑ!

እነሱም በተራ ፣ አብዝተው ኮነኑ..።

ክርክሩ ከሮ ፣ ሽራው ተዘረጋ

ይስሉኝ ጀመረ ፣ እዚህ እና እዚያጋ።

የሚወዱኝ ሰዎች

እኔነቴ ጎልቶ ፣ እንዲታይላቸው

ቀለማቱን ሁሉ ፣ አነሱ በእጃቸው።

ለፀጉሬ ጥቁር ፣ለፊቴ ቀይ ዳማ፣

አልባሳቴን በነጭ፣

ድምቅ አርገው ሳሉኝ፣ሸራው እስኪደማ።

የሚጠሉኝ ሰዎች፣ ተራው ሲደርሳቸው

የልባቸው እውነት ፣ እንዲታይላቸው፣

ፀጉሬንም በጥቁር ፣ ፊቴንም በጥቁር
ልብሴንም በጥቁር ፣ሳሉኝ በተራቸው።
እኔ እያስተዋልኩኝ ፣ የሁለቱን ልዩነት
በጥላቻው ሲያመኝ ፣ በፍቅራቸው ድህነት
ተገልጦል አየሁት ፣ የዓለም ልዩነት!

2020 ስያትል

የደካሞች እናት

ሄደች አሉኝ በቅቷት ፣ የብዙዎች እናት

ሄደች አሉኝ ደክሟት ፣ የደካሞች እናት፣

መጮህ መታገሉ ፣ አንድ ቀን ሳይደክማት፣

እኔስ አላመንኩም ፣ እስቲ.. ሞከር አርጓት፣

የጨነቀውን ድምፅ ፣ ከበር አቁሙና

ትባንን ይሆናል......!

መጨከን አታውቅም ፣ ትል ይሆናል ቀና።

ዘመናን ስትገፋ ፣ ስትደፍን ቀዳዳ..!

ተደፍኖ የማይቆይ ፣ ደግም ሚፈነዳ።

ሲያለቅሱ አልቅሳ ፣ ስያብሱ አብሳ

ከወዳደቁት ጋር ፣በምድር ማቅ ለብሳ ፣

ስትታደግ... ኖረች ፣ ሺዎችን ካበሳ።

በጨለማው ምድር ፣ የበራችው ሻማ

ድንገት ስትጠፋ...

እንዴት ሆና ይሆን ፣ ያቺ የጉድ ከተማ?

ቡዳ ነው ሰይጣን ነው....፣

ዛር ነው ፣ ብለው ሲሉ

ያለ ሀጥያታቸው ፣ ሲነቅፉ ሲጥሉ..

ቆማ ተሟገተች ፣ ተዳከመው ሲዝሉ።

ለእሷ ሳይቸግራት ፣ መኖር ተደላድላ

ከራስ ተርፋ ኖረች ፣ አምርራ ተጋድላ።

የወዳደቁትን እየደጋገፈች....

በፈረሰ ጎጆ ስሚ ፣በሌለበት እያጎነበሰች

ለብዙ ፍጥረታት ፣ በነፍስ ደረሰች።

ቀረችብን ለእኛ ፣ የእሷስ ነፍስ ታድላ

ለብዙዎች ቆመች ፣ አቁማ ከለላ..

በአንድ ጥላዋ ስር... ሺ... ነፍሶች ጠልላ።

እንጃ.... ለእኛ እናቶች ፣ ለወለደቻቸው

ከደሳሳው ጎጆ ለጎበኘቻቸው...

ልጆቻቸው ታስረው ፣ከአልጋ ጋር እጃቸው

የእናት ጩኸኝ ብሎ ፣ ትውልድ ሲያዝንባቸው

ሰንሰለቱን ፈትታ ፣ ነፃ ያወጣቻቸው

እስቲ ይጠየቁ ፣ ምን አለ ልባቸው?

ደርሳላቸው ነበር፣ ዘሚ እናታቸው

ለደከሙ እናቶች ፣ ለተራበባቸው

አቅማቸው ለዛለ ፣ ዓለም ለረሳቸው።

የእርሷ ነፍስ ብርቱ ናት...!

አስተምራ ሄደች ለብዙዎች ፅናት።

ግቧን ዳር እናድርስ ፣ ማዝን ማንባት ይብቃ

እርሷ አሸልባለች ፣ ዘላለም ላትነቃ።

ለዘሚ የኑስ መታሰብያነት ተፃፈ 2021 ስያትል

በቃል ኪዳን ገባህ

ስጓዝ.. ስጓዝ..ስጓዝ.. ጓጉቼ ጓጉቼ

እሱኑ ፍለጋ ፣ እድሜዬን ፈጅቼ...

ተሰደድኩኝ ያኔ ፣ አለቅኩኝ ሚሙቼ

እናም.....

ልቀበለው ብሻ ፣ እጆቼን ዘርግቼ!

ቁስል አየሁበት ፣ በለግላጋው ጣቱ

ቁስሉን ጠላሁት ፣ ከነመሰረቱ..።

የልቡ ነፀብራቅ ፣ ለእርሱ ቃል ኪዳኑ፣

ለእኔ ግን ቁስሌ ነው..!

ቁስሉን በመጥላቴ ፣ሚጠይቀኝ ማነው?

ቁስሉን ጠላሁት ፣ ወጣሁ ተሰድጄ

ልቤን ልመልሰው ፣ ተነሳሁ ማልጄ።

1994 አዲስ አበባ

ጨክኜ ልጎዳ..!!

ተንቀሳቀስኩ.. የልቤን ፣ ለራሴ አቆይቼ
ያሰብኩ ያለምኩትን ፣ ለመራመድ ትቼ፣
ከሳቄ ኩርፊያዬ ፣ ደስታህ ከሆነ!
ሳስብህ ስመጣ ፣ አንተን ካስጨከነህ!
ይሁና.....
መውደዴን ስነግርህ ፣ ከሆንክ እንደ እንግዳ
ስሽለቅቅልህ..ውስጤን እንደ አገዳ፣
ስፈልግ ሳስፈልግህ ፣ ካደረከኝ ባዳ
ጨክኜ ልጎዳ....
በፍቅርህ ተይዤ በቁም ተገንዤ!
ወዴት ልረማመድ.. የቱን ሀረግ ይዤ?
ጨክኜ ልጎዳ.
ስላስተናገደ ልቤ ፣ አዲስ እንግዳ።
ፍቅርን ዘግኖ ባአደባባይ...
ሲቀርብልህ ካልከኝ አላይ
ምን ሊመጣ ፣ ከዚህ በላይ?
ስሮጥ ስከተልህ ፣ ስወጣ ከጓዳ
የዕንባዬን ዘለላ ፣ ልብህ ካልተረዳ
ጨክኜ ልጎዳ..
የተረታ ልቤን ፣ ጭንቀቴን ተረድቶ
ልብህ ለመንፈሴ ፣ ካልረጨበት ሽቶ
ለእኔ የሚቀረኝ ፣ እዬዬ ብቻ ነው

ጠቆመኝ በጣትህ፣ መውጫዬ ወዴት ነው?

ጨክኘ ልጎዳ ፣ ልብህ ካልፈቀደኝ

ጨክኘ ልጎዳ ፣ ውስጥህ ካላቀደኝ

እንዳይረባብሸኝ.... እያደገደገ

እሄዳለሁ ሲለኝ ፣ ልቤ እንደፈለገ

ሀዘኑን ተወጥቶ ፣ ጭንቁን ካልሸሸገ፣

ልቤ ሲያስብህ ፣ ውስጤን ልደልለው

ይሄኛው አይደለም ፣ መንገድህ ልበለው፣

አንተ አንተን እያለኝ ፣ ስሜቴን ልርገጠው

መንገድህ አይደለም ፣ ብዬ ላስለውጠው

እንዳልገባ ዕዳ ፣ ችዬ ማልወጣው...

የመጣውን ውኃ ...ምራቄን ልዋጠው።

ጨክኘ ልጎዳ....

ኃላ በህይወቴ እንዳይገጥመኝ ፍዳ።

ቢንሰፈሰፍልህ...! ውስጤ ተዋህዶህ

ምኞቴ ቢሰፉም ፣ መንፈሴ ተላምዶህ

ይመለስ ከደጅህ ፣ ኃሊት ተረማምዶ

ሲያዩት አያምርም ፣ ልብ ሲሞት ወዶ።

አላምንሽም ካለኝ መአት ከሆነበት

ደግሞ እንዳይጠይቀኝ ሳላስበው ድንገት

አስፍረህ ላከበት የልብህን እውነት

አትጨክንበት.....።

1995 ዓ.ም አዲስ አበባ

ዞሮ ዞሮ ያው ነን!

ባያት..ባያት..ባያት..

ዓይኖቼ ማይጠግቧት

ያቺ የውበት አደይ...፣

ያቺ የውበት ፀደይ...፣

ያቺ ስዕል መሳይ....፣

ወደር የታጣላት ፣ የሴቶቹ ቁንጮ!

መሳይ ስዕል ቆንጆ..!

እሷም ልክ እንደ እኔ...

ገባች አሉ ፣ በአንድ ጎጆ።

1994 ዓ.ም

ምን አለ?

ከግድቡ አልፎ ፣ እጅግ ስለበዛ..!
የህይወት መስመሯ ፣ እንዳታጣ ለዛ
ስትፈነዳ… እንደምትደምቀው ፅጌረዳ
ሁሉም ካለ ልፈንዳ……፣
ይሁን ካለ….
ይሁን ካለ….እህስ ምን አለ?
የግድ… ልምሰል ብሎ ካስቸገረ!
ምን ነበረ… የሰው ልጅ ሽቶ ባልቀረ፣
እንደ ፅጌረዳ ፣ ሲፈነዳ ባማረ…።

መስከረም 1995 አዲስ አበባ

ሰው እራሱን ሰራ

ውበቱን ለማድነቅ ፣
ዓይንን ለማሞገስ
ብዬ ዓይኔን ብማትር
በኩል ተደበቀ....፣
ከንፈርን ብማትር
በቀለም ደመቀ..፣
የፀጉር ውበቱ
ከቶ ከዓይን እራቀ
የተዘናከተ...የተዘናፈለ
ጥቁር ሀር መሳይ ፣ መባሉ ቀረና
ቃጫን ተመሰለ ፣ ጊዜው ፈጠነና
ቅንድቡን መለጠ ፣ ሰው እራሱን ሰራ
አላሟላኽኝም... ሲል እየተጣራ፣
ዘው ብሎ ገባ ፣ በፈጣሪ ስራ..።

1997 ዓ.ም

የትዕግስት ፍሬ

ሲስገበገብብኝ ፣ እኔ እብስ እኔ እብስ
ሲከንፍ እያየሁት ፣ ከፊቴ ላይ እብስ
ትዕግስትን ለምኜ ፣ እንዲሄድ ብለቀው
የእኔ ከፋ ዕጣ ፣ ከፊቱ ጠበቀው።

ደደብ ካልከኝ!

ሺ ጊዜ ነግረኸኝ ፣ ሺ ጊዜ ብወድቅ
ሺ ፍሬ ሰጥተኸኝ ፣ አንዱን ባላፀድቅ
ደደብ ብለህ ካልከኝ ፣ እኔነኝ ምፀድቅ።

የፃድቅ እናት ነኝ

ልጅ ያለኝ ከቤቴ.....!
ብሎ..የማይጠራኝ እናቴ!
የሚኖር በልዩነት እየታየ...
የምድር.....ከፋትና ደግን ያለየ...
የራሱ ዓለም ያለው ፣ እጅግ የተለየ።
ፅድቅና ኩነኔን....... በልጄ የምቀበል
ትውልድ ያልተረዳኝ ፣ ፊቱን በማዞንበል
እኔ ግን.......
በረከት የማገኝ.. ከፊት እየቀደምኩ
መሰናከል በዝቶ ፣ ሺ ጊዜ እየወደቅኩ.፣
በልጄ ልብ ውስጥ ፣ ነፍሴ ምትለመልም
ቢከብድ እንኳን ትግሉ ፣ ዓለም ቢጨላልም፣
በእርሱ እምበረታ ፣ የፃድቅ እናት ነኝ
ከፋት የማይገባው ፣ ውብ ፃድቅ ልጅ ያለኝ፣
ውስጤ የሚረዳው ፣ ዓይኑን ተመልክቶ
ሀሳቡን ባይነግረኝ ፣ የልቡን አውጥቶ
እራበኝ የማይለኝ ፣ በረሀብ ተጎድቶ
አመመኝ እማይለኝ ፣ ህመሙ እንኳን ጠንቶ
መርካት የማይገባው ፣ ውሀ ተጎንጭቶ..፣
አምና እግዜር የሰጠኝ ፣ ከቤቴ.. አምጥቶ
ስለዚህ.....
አደራዬ ሆኖ..... ከእግዜር የተሰጠ
የምወደው የለኝ ፣ ከእርሱ የበለጠ...።
የልጄ መከራ ፣
በምድር ቢበዛም ፣ ህይወት ቢያታግለኝ
እኔ ግን ለነፍሴ ፣ ብርታት እንዲሆነኝ
የልጄ ፅድቁ ነው ፣ ጎልቶ የሚታየኝ
ለዚህ ነው የምለው ፣ የፃድቅ እናት ነኝ!

Made in the USA
Middletown, DE
15 October 2022

12857192R00080